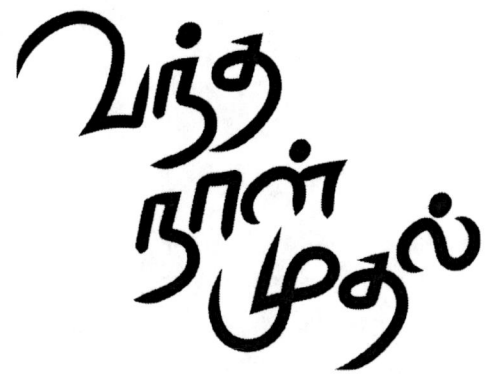

# வந்த நாள் முதல்

செழியன்

வேரல்
புக்ஸ்

வேரல்
புக்ஸ்

வேரல் புக்ஸ் வெளியீட்டு எண்: **150**

வந்த நாள் முதல்... ❖ செழியன்© ❖ கவிதைகள் ❖
முதல் பதிப்பு: ஜனவரி 2025 ❖ பக்கங்கள்: 156 ❖
வேரல் புக்ஸ் ❖ 6, இரண்டாவது தளம், காவேரி தெரு, சாலிகிராமம், சென்னை – 600093 ❖
மின்னஞ்சல்: veralbooks2021@gmail.com ❖ தொலைபேசி: 9578764322 ❖
அட்டை வடிவமைப்பு: லார்க் பாஸ்கரன் ❖ உள்பக்கங்கள் வடிவமைப்பு: சந்தோஷ் கொளஞ்சி

Vantha Naal Muthal ❖ Chezhiyan© ❖ Poems ❖
First Edition: January 2025 ❖ Pages: 156 ❖
Veral Books ❖ No: 6, 2nd Floor, Kaveri Street, Saligramam, Chennai - 600093 ❖
Email ID: veralbooks2021@gmail.com ❖ Phone: 9578764322 ❖
Wrapper Designed by: Lark Bhaskaran ❖ Layout Designed by: Santhosh kolanji

**Rs. 220**

ISBN: 978-81-981211-4-1

## சித்திரங்கள் மலரத் துவங்கும்

**சி**று பத்திரிகைகளில் எழுதிவந்த எனக்கு விகடனில் எழுதும் வாய்ப்பு கிடைத்தபோது, இரண்டு விஷயங்கள் என்முன் இருந்தன. ஒன்று, இதற்கான நிழற்படங்களை நானே எடுக்க வேண்டும். இரண்டாவது, இது காதலும் காதல் சார்ந்த கவிதைகளும். முதல் விஷயம் உற்சாகம் தந்தாலும் இரண்டாவது விஷயம் கொஞ்சம் யோசிக்க வைத்தது. புதுக்கவிதையில் காதல் என்ற பாடுபொருள் மிகவும் மலிந்து ஒருவிதமான சலிப்பையும் அயற்சியையும் தருகிற சூழலில், அதையே உள்ளடக்கமாக எடுத்துக் கொள்வதும் அதை லட்சக்கணக்கான வாசகர்களுக்காக எழுதுவதென்பதும் மிகுந்த சவாலாகவே இருந்தது.

எனவே, வடிவத்திலும் உள்ளடக்கத்திலும் புதிதாக ஏதாவது செய்யவேண்டிய கட்டாயம். கவிதையின் வெளிப்பாட்டு முறையையும், சிறுகதையின் கதையாடல் உத்தியையும் இணைத்து எழுதிப் பார்க்கலாம் என்று தோன்றியது. அதோடு ஓர் ஒளிப்பதிவாளனாக, திரைப்பட மொழியில் எனக்கிருக்கும் ஆர்வத்தினால் ஒளியின் தன்மை சார்ந்து காட்சிச் சித்திரங்களாக எழுதிப் பார்க்க விரும்பினேன்.

காலத்தைப் பின்னோக்கி நினைவுகூர்ந்தால், சொல்ல விரும்பிய – சொல்லத் தயங்கிய அன்பு நம் எல்லோரிடமும் இருந்திருக்கிறது. இது காதல் இல்லை. மழை வருவது மாதிரி மேக மூட்டம் கொண்டு, வராமல் கலைந்து போகிற மழைக்கு முந்திய பருவநிலை போல, இது காதலுக்குச் சற்று முந்திய மனநிலை. ஆணும் பெண்ணும் ஒருவரையொருவர் வசீகரிக்க விரும்பும் இந்தப் பருவம்தான் எப்போதும் வாழ்வின் பொன்ஒளி படர்ந்த கனவுக் காலமாக இருக்கிறது. பள்ளிப்பருவம் துவங்கி விடலைப்பருவம் வரையில் மேகமெனக் கடந்துசெல்கிற உணர்வு.

நுட்பமான புனைவுகளைக் காட்டிலும் உண்மைக் கதைகள் வலிமையானவை என்பதால் நான் உணர்ந்த, நண்பர்களுக்கு

நிகழ்ந்த சம்பவங்களை ஆதாரமாக எடுத்துக்கொண்டேன். ஆணும் பெண்ணும் அடிக்கடி சந்திக்க வாய்ப்புள்ள இடங்கள் இதில் முக்கியப் பங்கு வகிக்கின்றன.

இந்தக் கவிதைத் தொடரை ஆனந்தவிகடனில் வெளியிட முடிவு செய்ததும், தீவிரமான ஒரு தலைப்பை யோசித்தபோது வந்த நாள் முதல்…., 'விழியும் மொழியும்' முதலிய தலைப்புகள் விகடனிலிருந்தே தரப்பட்டன. எந்தச் சமரசமும் செய்து கொள்ளாமல் நான் நினைத்ததை எழுத அனுமதித்த விகடன் ஆசிரியர் குழுவுக்கு என் நன்றி. இப்போது, சிறப்பான புத்தகமாக உருவாக்கிய விகடன் பிரசுரத்துக்கும் என் நன்றி.

இந்தத் தொடருக்காக நிழற்படம் எடுத்தது தனி அனுபவம். விகடனுக்குக் கொடுக்கவேண்டிய கடைசித் தருணங்களில் அவசர அவசரமாக எடுக்கப்பட்டவை. ஒவ்வொரு வாரமும் இதை ஒருங்கிணைத்து நிழற்படங்கள் சிறப்பாக வர உதவிய ஸ்டாலின் மற்றும் நிழற்பட மாதிரிகள் சாய்லதா, நந்தினி, ஜெகன் ஆகியோருக்கும் என் நன்றி. என் முதல் வாசகியும் விமர்சகியுமாகிய அன்புத் துணைவி பிரேமா, தன் விளையாட்டு நேரத்தை எழுதுவதற்காகத் தந்து தன் பொம்மைகளிடம் பேசிக்கொண்டிருந்த என் அன்புக் குழந்தை சிபிநந்தன் ஆகிய இருவரின் அன்பும் ஒத்துழைப்பும் இந்தத் தொடரைச் சாத்தியப்படுத்தின.

ராகங்கள் எப்போது கேட்டாலும் இனிமையாய் இருக்கின்றன. ஆயினும் அவற்றுக்கே உரிய பொழுதில் உரிய ராகங்களைக் கேட்கும்போது அதனுள்ளிருக்கும் – நுண்ணிய உணர்வுகள் சரியாக நம்மை வந்தடைகின்றன. அதுபோல எழுத்துக்கும் பொழுதிருக்கிறது. பின்னிரவில் நிதானமான மௌன வாசிப்பில் இதன் வரிகளுக்குள்ளிருக்கும் சித்திரங்கள் மெல்ல மலரத் துவங்கும் என்று நம்புகிறேன்.

அன்புடன்
செழியன்

இந்நூல்
சொல்வதற்கென வார்த்தைகளிருந்தும்
மௌனமாகப் பிரிந்தவர்களுக்கு

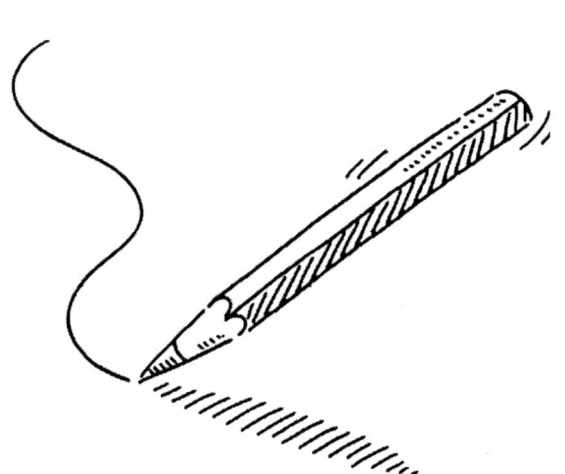

# 1

நோக்கும் திசையெல்லாம்
நாமன்றி வேறில்லை!
- பாரதி

*ப*ழுப்பு நிற ஓடுகள் வேய்ந்த பழைய கட்டிடம்.
சுவர்களில்லாத நீண்ட வகுப்பறைகளை
மரத்தட்டிகள் பிரிக்கின்றன.
இடப்புறம் எளிய பாதையில் நுழைந்து சென்றால்
ஆறாம் வகுப்பின் பிரிவுகள்.

சுவரிலிருக்கும் கரும்பலகையில்
நிறைமதி டீச்சரின் சாக்பீஸ்
பித்தாகோரஸின் தியரியை எழுதிச் செல்கிறது.
கரும்பலகையிலிருந்து பனிமழை போல
சுண்ணாம்புத் துகள்கள் உதிர்கின்றன.

மதியச் சூரியனின் ஒளி
முதல் வரிசை இருக்கையில் கீற்றாக விழுகிறது.
நீளவாக்கில் இருபுறமும் சிவப்புக் கோடுகள் போட்ட
கணக்கு நோட்டில் எல்லோரும் எழுதுகிறோம்.

எழுதிச் செல்லும் கைகளின் வழியே
என் இருக்கைக்கு இணையான வரிசையில் இருக்கும்
உன்னைப் பார்க்கிறேன்.
குனிவதும்...
கரும்பலகை நோக்கி நிமிர்வதுமாகத்
தீவிரமாக எழுதுகிறாய்.
குனியும்போது முன் விழும் கூந்தல் இழைகள்
தம் பங்குக்கு காற்றில் ஏதோ எழுதுகின்றன.

காதோரம் என் பார்வை உறுத்த,
திரும்புகிறாய்.
குனிந்துகொள்கிறேன்.

மர இருக்கையின் மேல்
முனை மழுங்கிய
புழுக்கைப் பென்சிலால்
கிறுக்கத் துவங்குகிறேன்.
எழுதாமல்விட்ட வரியை

டீச்சரின் டஸ்டர் அழித்துச் செல்கிறது.
பார்த்து எழுத
நண்பனின் நோட்டை நோக்கித் திரும்புகிறேன்.
எழுதிச் செல்லும் கைகளின் நடுவே
பக்கவாட்டில் உன் முகம்,
என்னைப் பார்த்துக் குனிகிறது.

சூரிய ஒளி முதல் வரிசையிலிருந்து
பின் நகர்ந்து உன் நோட்டுக்கு வருகிறது.
நீ ஒளியின் மீது எழுதத் துவங்குகிறாய்.

என் இருக்கையில் நான் மூன்றாவது.
உன் இருக்கையில் நீயும் மூன்றாவது.
பையன்களில் முதல் மதிப்பெண் எனக்கு.
மாணவிகளில் உனக்கு.

இருவரிடமும் ஒரே மாதிரி
ஊற்றுப் பேனா இருக்கிறது.
நாம் உடுத்தும் உடைகளின் வண்ணம்
பலமுறை பொருந்திப்போகிறது.
திருத்துவதற்காக மேசை மீது நோட்டுக்கள்
அடுக்கப்படும்போது நம் பெயர்கள்
அடுத்தடுத்து வருகையில்
ரகசியமாய் ஒரு புன்னகை மலர்கிறது.

தலைமையாசிரியர் அறைக்குப் போகும்
சிறிய பாதையில்,
உரசும் இடைவெளியில்
இருவரும் ஒருமுறை பார்த்துக்கொண்டோம்.
இரண்டு இமைகள் நிமிரும்போதெல்லாம்
இரண்டு இமைகள் கவிழ்கின்றன.

அரை வார்த்தை பேசியதில்லை.
முகம் பார்த்துப் புன்னகைத்ததில்லை.
ஒருவருக்கொருவர் பார்க்கையில்
குனிவதைத் தவிர வேறு சமிக்ஞைகள்
நம்மிடம் இல்லை.

My school life என்கிற
பழைய பழுப்பு புகைப்படம் பார்க்கையில்
உறைந்த முகங்களின் மீது நகர்ந்து
உன் முகத்தில் தேங்குகிறது என் பார்வை.

நெடும் பயணங்களில்
மலை நகரங்களில்
எதிர்வரக்கூடுமென
இப்போதும் உன் சாயலைத் தேடுகிறேன்.

காலியான வகுப்பறை முழுக்க
பென்சில் கோடுகளின் புரியாத லிபியில்
எழுதப்படும் மென் கதைகள்.
வகுப்பறைக்குள் ரகசியமாய் வந்து
வாசித்துச் செல்கிறது சூரியன்.

# 2

'ஆழ்கிணற்றின் அடியாழத்திலுள்ள
ஒரு வெள்ளைக்கல் போல
என்னிடத்தில் ஒரே ஒரு நினைவு மட்டும்!"
-அன்னா அக்மதோவா
ரஷ்யப் பெண் கவி

*குழந்தை* வரைந்த நெளிகோடு போல
ஊருக்கு வெளியே தூங்குகிறது தார்ச் சாலை.
அத்வானத்தில் கட்டிய தூளியென...
சாலையின் இரு முனையும் வானத்தில் முடிகின்றன.

அது ஒரு வெயில் காலம்.
உயர்நிலைப் பள்ளியின் வகுப்புகள் துவங்கும் முதல் நாள்.
வழித்துச் சீவிய தலையும் புதுப் புத்தகப் பையுமாக
நான் சக மாணவர்களுடன் நின்றிருக்கிறேன்.

சதுரக் கண்ணாடி அணிந்த தலைமையாசிரியர் போல
மிரட்டும் ஒலியுடன் வருகிறது அரசுப் பேருந்து.

காலை எட்டு இருபது.

பேருந்து முழுக்க மாணவ மாணவியர்.
முதல் நாள் பயணம்.
அடுக்கடுக்காய் அமர்ந்த முகங்களின் நடுவே
சன்னலோரம் ஒரு முகம்.
உன்னைப் பார்த்ததும் ஏனோ பிடிக்கிறது
உன் பார்வைப்புலத்தில் நிற்க விரும்புகிறேன்.

நிறுத்தம் வந்ததும் நீ
பெண்கள் பள்ளி நோக்கித் தோழிகளுடன் செல்கிறாய்.

மாலை ஐந்து பத்து.
சாயங்கால ஒளியில் புழுதி பறக்க வரும் பேருந்து
சன்னலோர இருக்கை உனக்கெப்போதும் வாய்க்கிறது.
கண்கள் இடுங்க மாலை வெயில் கூசித் திரும்புகையில்
என்னைப் பார்க்கிறாய்.
அந்த நொடியிலிருந்து துவங்குகிறது ஒரு சொல்.

எட்டு இருபது.
தேவதூதன் போல வானத்திலிருந்து வருகிறது பேருந்து.
சந்தை நாளின் நெரிசல்.

கூட்டத்தில் உன்னைத் தேடுகிறேன்.
சன்னலோரத்தில் அறியாத முகங்கள் விழித்திருக்கின்றன.
தேடிக் களைத்து நிமிர்கையில்
நீ நின்றிருக்கிறாய்.
என் தேடலறிந்து
நகைப்பும் வெட்கமுமான உன் பாவனை.
வாசல் காற்றில் படபடக்கும் என் சீருடையைச்
சிறகென உணர்கிறேன்.

பிறிதொரு நாள்.
நம் சதுரங்கத்தில் அடுத்த நகர்வு.
எனது ஊரின் நிறுத்தத்தில் நீ அறியாமல் ஏறுகிறேன்.
உயர்த்திய கைகள்,
குனிந்த முகங்கள்,
வியர்க்கும் புறங்கழுத்தென
விதவிதமாக வளர்ந்து நிற்கும் உடல்களின் நடுவே
நீ உடலற்று
கவிழ்ந்த விழியெனத் தனித்திருக்கிறாய்.
யாரும் அறியாமல் என்னைத் தேடத் துவங்குகிறாய்.

ஆள் கூட்டத்தில் படபடக்கும் சிறகுகளுடன்
ஒரு வண்ணத்துப் பூச்சி போல
பறந்து அலைகிறது உன் பார்வை.
ஒளிந்து உன் தேடல் ரசிக்கிறேன்.
அலைந்த வண்ணத்துப்பூச்சி சிறகணைந்து
என் இமைகளில் அமர்கிறது.
அந்த நொடியிலிருந்து துவங்குகிறது ஒரு கவிதை.

யதேச்சையாய் இடித்து
வருத்தம் சொல்லி விலகுவதுபோல...
நம் பார்வைகள் அடிக்கடி விலகிக்கொள்கின்றன.

இத்தனை நெரிசலில் இடம் கிடைத்தும்
நீ நிற்கிறாய் நானும் நிற்கிறேன்.

ஒருமுறை அமர்ந்து அருகில் நின்றிருக்கும்
உன் சுமையைக் கேட்கிறேன்.
ஏதும் தெரியாத பாவனையில் தருகிறாய்.
(எனக்கு மட்டும் புரிகிற மொழியில்
இதழோரம் முறுகும் புன்னகை)
புத்தகங்களின் கீழிருக்கும்
உன் மதிய உணவின் மிதவெப்பம்
என் மடியில் இறங்குகிறது.

நடத்துநரிடம் பயணச்சீட்டு வாங்கும்போது
நான் உன்னைப் பார்த்து 'ஒன்று' என்கிறேன்.
நீ என்னைப் பார்த்துக் குனிந்து 'ஒன்று' என்கிறாய்.
பரஸ்பரம் ஒருவருக்கொருவர் வாங்கிக்கொள்வதான
கற்பிதம்
நமக்குப் பிடித்திருக்கிறது.

பள்ளி நிறுத்தத்தில் இறங்கி
தோழிகளுடன் நடந்து செல்கையில்
யதேச்சை போலத் திரும்புவாய்.
அதில் நாளொரு பாவனை.

படிக்கட்டுகளில் தொங்கி
நிறுத்தங்களில் நான் விழுவதாகப் பாவனை செய்கையில்
பதட்டத்துடன் நீ நகம் கடிக்கத் துவங்குவாய்.
அன்றுமட்டும் இறங்கிச் செல்கையில்
நீ திரும்புவதேயில்லை.

எட்டு இருபது,
ஐந்து பத்து
காலத்தின் நாளேடுகள் புரள்கின்றன.
ஆண்டுத் தேர்வு முடிந்த மாலையில்

தூசு படிந்த கண்ணாடிகளுடன்
நெடும்பயணம் செய்து களைத்த முதியவர்போல
வருகிறது பேருந்து.
நீ நிற்கிறாய்
நான் அமர்ந்திருக்கிறேன்.
கூட்ட நெரிசலிலும் வெற்று இருக்கைகளுடன்
போவதான உணர்வு.

அடர்ந்த மௌனம்.
கனவில் ஒலிப்பதுபோல நடத்துநரின் சீழ்க்கை ஒலி
மரங்கள் பின் ஓடத் துவங்குகின்றன.
அந்தப் பயணத்தில் நாம் பார்த்துக்கொள்ளவே இல்லை.

நீளமான சீழ்க்கை ஒலி.
என் நிறுத்தத்தில் நான் இறங்குகிறேன்.
விடைபெறுதலின் செய்திபோல...
தீர்க்கமான பார்வை.
மெலிதாகப் புன்னகைக்கிறாய்.

உன் புன்னகைக்கும்
எனக்குமான தொலைவு
நீள்கிறது.
சன்னல் சதுரங்கள் புள்ளியாகி அணைய
வானத்தில் மறைகிறது பேருந்து.
பிறகு
வெற்றுத் தூளியெனத் தொங்கும் சாலை.

நினைவின்
சிற்றலைகள் நெளியும்
காலத்தின் மீளாநதியில்...
தும்பை மலரென மிதந்து செல்கிறது
ஒரு புன்னகை
என்றைக்குமாக!

# 3

இணையும்போது மறைகின்றன
இரண்டு குமிழிகள்
மலர்கிறது ஒரு தாமரை

-கிஜோ முரகாமி
ஜப்பானிய ஹைக்கூ

தேர்வு அறையில்
விடை தெரியாத கேள்வியின் முன்
காத்திருப்பதைப்போல
செய்வதற்கு ஏதுமில்லாத பகற்பொழுதுகள்.

அது விடுமுறைக காலம்.
கால்களில் இடறாமல்
லாவகமாக மடித்து
லுங்கி கட்டப்பழகும் பருவம்.

வீடு –
மூன்று வேளைக்கான
உணவு விடுதியாய் மாறுகிறது.
மீதப் பொழுதுகளில் மைதானம்...
நண்பனின் வீடு...
நூலகம் அல்லது குளக்கரை
போகும் திசையறியாது நடக்கிறேன்.

நூலகத்திற்குச் செல்லும் வழி
யாருமற்ற தொலைவில்
மஞ்சள் புள்ளியென மிதந்து வரும்
உன்னைப் பார்க்கிறேன்.
நீண்ட செவ்வகம்போல
பரந்துகிடக்கும் பொட்டல் வெளி.
அதன் எதிரெதிர் முனைகளைக்
கோணலாக இணைக்கும்
மண்பாதையின் ஒரு துருவத்தில் நீ...
மறு துருவத்தில் நான்.

இன்னும் தொலைவில்
சகோதரிபோல் ஒருத்தி கைகட்டி நிற்க...
இடுப்பு நெளிய
நீ சைக்கிள் பழகுகிறாய்.

நான் செவ்வகத்தின்
மேற்கு மூலையைக் கடக்க வேண்டும்
நீ கிழக்கு நோக்கி வருகிறாய்

மைதானத்தில் வேறு யாருமில்லை.
நமக்கிடையே நீளமான மண்பாதை
நம் கண்களின் வழியே துவங்குகிறது
இன்னொரு பாதை.
சற்றுமுன்னர் கடந்துபோன
வாகனம் எழுப்பிய தூசி இன்னும் அடங்கவில்லை.
இளவெயிலில் பறக்கும் தூசிகளுடன்
மஞ்சள் மீள நீ நெளிந்து வரும் காட்சி
ஒரு ஓவியம்போல மிதக்கிறது.

மஞ்சள் புள்ளி மலர்ந்து
சூர்யகாந்தி மலரென
உன் முகம் தெளிவுறும் தொலைவு.
பழகும் நிமித்தமாக
நீ சைக்கிளில் வருவதால்
நாணம் கருதி
தலைகுனிகிற பாவனையும் கடினம்.
எதிரே நடுங்கும் உன் பாதையில் நான்
நடக்கும் வேகத்தில்தான்
உன் சைக்கிள் வருகிறது.
மண் பாதையின் அளவு
குறைந்துகொண்டே வர
நம் கண்களின் பாதை நீண்டு செல்கிறது.
ஆண்கள் அணியும் சட்டையும்
நீளப் பாவாடையும் அணிந்திருக்கிறாய்.
சல்லடை சலிப்பதைப்போல
உன் கைகள் அசைகின்றன.
நடுங்குகிறது உன் மைதானம்.
முன்னகர்ந்துகொண்டே வலையை இழுக்கிற

மீனவன்போல
நாம் நெருங்குகிறோம்.
ஓர் அறையின்
எதிரெதிர் மூலைகளில் இருப்பதைப்போல
நம் தூரம் குறைந்துவிட்டது.

மோதிவிடக் கூடாதென்ற எச்சரிக்கை இருவருக்கும்
எனவே பார்வை தவிர்ப்பதும் இயலாதது
உன் முகத்தில் விநோத பாவனை
எதிரெதிரே அருகில் இருந்தபோதும்
நீ மணியடிக்கிறாய்.
நகைப்புடன்.. நான் பாதையிலிருந்து விலகுகிறேன்
ஆயினும் சக்கரம் என்னை நோக்கி வருகிறது.
ஆயிரம் தாமரை இதழ்களை
ஊசி துளைக்கிற அவகாசம்
"ஒரு நொடி எனத்
தமிழில் படித்ததை உணர்கிறேன்.
அது ஒரு நொடி"
இரண்டு சாலைகளும் இணைந்து
புள்ளியெனத் தொட்டுக்கொள்ள முயன்ற ஒரு கணம்.
சட்டென நீ உயரம் குறைத்து
கால்கள் தரையில் ஊன்றி
தத்தித் தத்திக் கடக்கிறாய்.
படபடக்கும் நான்கு இமைகளால்
நம் கண்களின் சாலையும் தத்தித் தத்தி
விடுபட்ட கோடுகளால் ஆகிறது.
கோடிட்ட இடத்தை நம் கற்பனைகள் நிரப்புகின்றன.
இருவரும் ஒரே கணத்தில்
மன்னிப்பு எனும் ஆங்கில வார்த்தையை
உச்சரித்துக்கொள்கிறோம்.
தலைகுனிந்து விலகிச் செல்கிறோம்.
பிறகு நாள்முழுக்க ஒரு புன்னகை
மலர்ந்துகொண்டேயிருக்கிறது.

படபடக்கும் உன் இமைகள்
பகல் வானத்தில் நட்சத்திரங்களென மிளிர்கின்றன.
மௌனத்தைப் பேச முயலும்
குழந்தையின் இதழ்கள் போல
என்னை நெருங்கி வருகின்றன.

மாலை.
நீ வரக்கூடுமென வருகிறேன்.

மைதானம்.
சாய்ந்த நிழலை
உன் தோழியென உடனழைத்து வருகிறாய்.
என்னைப் பார்த்ததும் கால்கள் ஊன்றி
சைக்கிளிலிருந்து இறங்குகிறாய்.
தூக்கிச் செருகிய ஆடையை
அவசரமாய்ச் சரிசெய்கிறாய்
தலைகுனிந்து
சைக்கிள் உடன்நடத்தி வருகிறாய்.

நமக்கிடையே அதே மண்பாதை
செங்குத்தான மலைப்பாதையாய் மாறுகிறது.
நம் நிழல்கள் நெருங்கி வருகின்றன.
கால்கள் எடைகொண்டு
நீரினுள் நடப்பதுபோல் உணர்கிறேன்.
பக்கம்வந்து பார்த்துக்கொள்ள
இமைமூடி,
விழிகளை எடுத்துவருகிறோம்.
நெருங்குகையில் தலைநிமிர்ந்து
ஒரு பார்வை.
பரந்த மைதானத்தின் மாலைவெயிலில்
கண்களின் வழியே
நாம் முகம்மாற்றிக் கொள்கிறோம்.
இமை கவிழ்ந்து பிரிகிறோம்.

விலகிச் சென்றபோதும் தொட்டுக்கொள்கின்றன நம்
நிழல்கள்.
மெல்லிய கொலுசொலி
என்னைக் கடந்து அணைகிறது.
ஊரின் சப்தங்கள் மீள்கின்றன.
மைதானத்தில் வழிந்து உலர்கிறது மாலைவெயில்.
இருளில் மறைகின்றன சைக்கிள் தடங்கள்.
மறுநாள் காலை.
நீள மைதானம்.
சைக்கிள் தடங்களால் பின்னிய மண்சாலை.
மேகங்கள் நகரும் பின்னணியில்
பறக்கும் கூந்தலுடன்
மிதந்துவருகிறது உன்முகம்.
சாலையைப் பார்ப்பதுபோல
ஒரு பொதுப்பார்வை.
எனினும் அருகில் வருகையில்
மிளிரும் புன்னகை எனக்கானது.
பொழுது விடிந்தபோதும்
உன்னைப் பார்த்த நொடியிலிருந்தே
துவங்குகிறது என்நாள்.

மாலை.
நானும் சைக்கிளில் வருகிறேன்.
எதிரில் நீ.
நான் யதேச்சையாய் நிகழ்வதுபோல
ஒரு கையால் சைக்கிள் ஓட்டுகிறேன்.
பிறகு இரண்டு கைகளையும் விட்டுவிடுகிறேன்.
என் சாகசம் உனக்குப் புதிது.
ஆச்சரியம் ததும்பப் பார்க்கிறாய்.
இருள் கவியும் முன்பு
தோழி உடன்வர
சைக்கிள் நடத்தி வீடு திரும்புகிறாய்.
உன் சக்கரத் தடத்தின்மீது

என் சைக்கிள் நடத்தி தொலைவில் நான்
மெல்லப் பின் வருகிறேன்.

ஒருநாள்
யாருமற்ற தெருவில்
கைப்பிடிவளைந்த சைக்கிளுடன் நிற்கிறாய்.
கால்களின் இடையில் சக்கரம்பிடித்து
மிகுந்த பலத்துடன்
கைப்பிடியை நேராக்கித் தருகிறேன்.
நன்றியாக ஒரு புன்னகை,

இன்னொரு நாள்.
பஞ்சர் பார்க்கும் கடையில்
பார்த்துக் கொண்டோம்.
ஓலைக்கூரை வேய்ந்த கடையின்
கல்தூண் அருகே நீ நின்றிருக்க...
காற்றடிக்கும் காரணம் வைத்து
நான் வருகிறேன்.
பித்தளைப் பாத்திரத்தில்
நீருக்குள் அழுத்திய ட்யூப்பிலிருந்து
குமிழிகள் மலர்ந்து கொண்டேயிருந்தன.

பள்ளி நாட்களை விடவும்
விடுமுறை நாட்கள் வேகமானவை.
உன்னைப் பார்க்க மைதானம் வருகிறேன்.
பழகியதும் மிதிவண்டிகள்
மைதானம் மறக்கின்றன.
உன்னைத் தேடுகிறேன்.
பின்னிய இரட்டைச் சடையென
மண்பாதையில் நீண்டு கிடக்கிறது சைக்கிள் தடம்.
நீ இல்லை.
தோழியுடன் அன்று நீ நடந்த பாதை.
உச்சிவெயிலில் சாத்திய வீடுகள்.

ஊர்முழுக்க நெளிந்து செல்கிறது
உன் சைக்கிள் தடம்.

நீ இருந்த சித்திரங்களிலெல்லாம்
அந்தச் சைக்கிளும் இருக்கிறது.
இப்போதும் பூக்கூடை முன்னால் வைத்த
சைக்கிள் பார்த்தால் உன் நியாபகம்.
சைக்கிள் பழகும் ஒவ்வொரு பெண்ணிலும்
உன் பாவனை.

சுவடுகள் அமிழும் நீள மண்பாதை.
வருடம்தோறும் வருகிறது விடுமுறை.
கானல் அலையும்
வெற்று மைதானத்தை
சைக்கிள் தடமெனக் கடந்து செல்கிறது
கோடைகாலம்.'

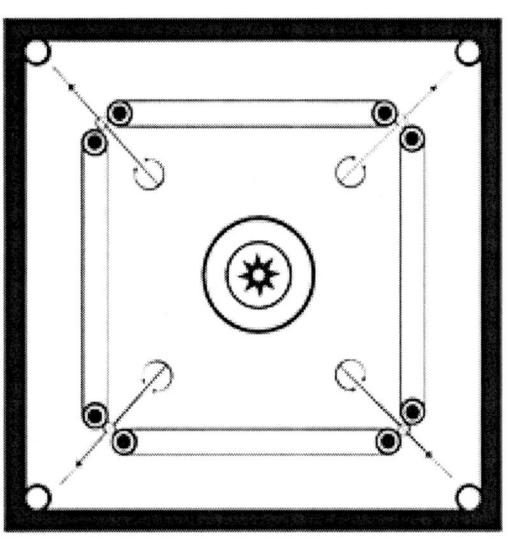

# 4

"என் அன்பு
உன் கைகளை விட்டிறங்க மனமில்லாத ஒரு குழந்தை
அதை என்றைக்குமாக உன்னிடம் ஒப்படைக்கிறேன்"
- பாப்லோ நெரூதா

வேர்கள் வெளியில் தெரிவதைப் போல
மரங்கள் வெறுமைகொள்ளும்
இலையுதிர் காலம்.
ஆண்டு விடுமுறையின் கடைசி மாதம்.
நாடு கடத்தப்படும் பணயக்கைதி போல
வெளியூரில் இருக்கும் அத்தை வீட்டுக்கு
அனுப்பப்படுகிறேன்.

சம வயதுடைய மைத்துனனுடன் சுற்றித் திரிகிறேன்.
தெரியாத சிறுநகரத் தெருக்கள்
பழைய அரண்மனை
கல்லூரி மைதானம்
யானைச் சறுக்குப் பூங்கா
திரையரங்குகள் என
பழகத் துவங்கும் ஊர்,

எனினும் மதியப் பொழுதுகள் வெறுமையானவை.
என்ன செய்யலாம் என யோசித்து
கேரம்பலகை இருக்கும் நண்பனின் வீட்டுக்குச்
செல்கிறோம்.
அரண்மனைத் தெருவில் இருக்கிறது வீடு.
பரஸ்பர அறிமுகத்துக்குப் பின்
சாய்த்த விளையாட்டுப் பலகையை
எடுத்துவருகிறான் நண்பன்.
நாங்கள் மூவரும் அமர்கிறோம்.
நான்காவது திசை காலியாக இருக்கிறது.
உள்வீட்டை நோக்கி விநோதமான உன் பெயரை
அழைக்கிறான் நண்பன்.

பெரிய மரத் தூண்களும்
கம்பிக் கூரையிட்ட முற்றமும் உள்ள வீட்டினுள்
கையிலிருந்து விடுபட்டுப் பறக்கும் வெண்புறாவைப் போல
மிதந்து செல்கிறது உன் பெயர்.
முற்றத்திலிருந்து உள்அறைக்குச் செல்லும் பாதை.
நாழி ஓடுகளின் வழியே இறங்கிய ஒளித் தூணில்

நுழைந்து நீ வருகிறாய்.
ஒரு கணம் ஒளிர்ந்து அணைகிறது உன் முகம்.

திரும்பிய என் முகம் கவிழ்கிறேன்.
விளையாட்டுப் பலகையின் ஓரங்களில்
பான்ட்ஸ் பௌடர் தெளிக்கிறான் நண்பன்.
எதிரிலிருக்கும் என் காலியான திசை நிரம்ப
நீ நிற்கிறாய்.
அமர்கையில்...
உன் குனிந்த என் நிமிர்ந்த பார்வைகள்
ஒரு புள்ளியில் சந்தித்து மீள்கின்றன.
கால்கள் மடித்துப் பாந்தமாய் அமர்கிறாய்.
மனதுக்குள் சடசடத்துப் பறக்கத் துவங்குகிறது வெண்புறா.
கனவு மலர்களாலான பௌடரின் வாசனை
நம் இடைவெளியில் நிரம்புகிறது.
ஆட்டத்தை நீயே துவங்கி வைக்கிறாய்.

பெருவிரலையும் சுட்டுவிரலையும் வளையமென இணைத்து
விடுவிக்கிறாய்.
நகர்ந்து முன்வருகிறது ஸ்டிரைக்கர்.
அடுக்கிய கறுப்பு வெள்ளைக் கோபுரங்கள் சாய்கின்றன.
ஒரு வெள்ளைக் காய் நிமிர்ந்து
நெளிந்து ஓடி... என்னருகே உள்ள வளையில் வீழ்கிறது.
பெருமிதத்துடன் நிமிர்கிறாய்.
சுண்டும் விரல்கள் போலக் குவிந்த இமைகள் விடுத்து
ஒரு பார்வை.
கண்களிலிருந்து மிதந்து வருகிறது ஒரு ஸ்டிரைக்கர்.

எரியும் மெழுகைக் கவிழ்த்தியது போல
ஆரஞ்சு நீற நகச்சாயம் பூசிய உன் விரல்கள்
குனிந்து நிமிர்கின்றன.
உன் இமைகள் குவிந்து மலர்கின்றன.

இன்றைய ஆட்டம் அவ்வளவுதான்.
விடைபெறுகையில் கதவிடுக்கின் வழியே
சுண்டும் விரல்களைப் போல சுட்டும் விழிப்பார்வை.

மோதிய காய் நகர்ந்து சென்று வளையில் விழுவதைப்போல
வீடு திரும்புகிறேன்.
மனதின் ஆட்டம் துவங்குகிறது.
இன்னொரு பிற்பகல்.
ஆட்டப்பலகையின் முன் நீ காத்திருக்கிறாய்.
காய்கள் அடுக்கப்படாத வெற்றுப் பலகையில்
ஸ்டிரைக்கரை மோதவிட்டுத் தனித்திருக்கிறாய்.
என்னைப் பார்த்ததும் "வா: என்று
ஒரு கையால் அழைப்பதுபோல...
உன் மேல்
இமை கவிழ்கிறது.
நன்றி சொல்வதைப் போல...
கேரம் பலகையை நோக்கிப் புன்னகைக்கிறாய்.
தேர்வு முடிவுகள் பார்த்துவர
நம் நண்பர்கள் பள்ளிக்குச் செல்கிறார்கள்.
நானும் நீயும் மிஞ்சுகிறோம்.
Ponds dream flower talc
கனவு மலர்களின் வாசனை மிதக்கிறது.
விளையாட்டு ஒரு பாசாங்குதான்.
எதிரெதிரே அமர்ந்திருப்பதே
போதுமானதாய் இருக்கிறது நமக்கு.

வாய் பேச இயலாதவர்களின்
விரல்மொழி போல...
விளையாட்டுப் பலகையில்
நம் விரல்கள் பேசிக் கொள்கின்றன.
விரல் திறந்து உச்சரித்த சொல் போல
ஸ்டிரைக்கர் முன் வருகிறது.
பதிலென நான் திருப்பி அனுப்புவேன்.
பரஸ்பரம் இந்த மொழி புரிகையில்
ஒரு பார்வை அல்லது கவிழ்ந்த புன்னகை.

ஆட்டத்தின் உச்சமாக...
சிவப்புக் காயை வீழ்த்துவது சுவாரஸ்யமானது.
நீ சொல்ல விரும்பும் வார்த்தையை
நான் என் மனதில் ரகசியமாக வைத்திருப்பதைப் போல...
என் பக்கத்தில் சிவப்புக் காயை நீ பதுக்குவாய்.

செழியன்

அதன் துணைக்காயை உன் திசையில் நான் பதுக்குவேன்.
ஸ்டிரைக்கர் அலைக்கழியும் மனம் போல.

கண்களை நோக்கும் கூச்சத்தில்
நகக்கண்ணால் பார்த்துக் கொள்கிறோம்.
எனக்கென நீயும்... உனக்கென நானும் விட்டுத்தருவோம்.
வெற்றி இனிது... தோல்வியும் இனிது...
மறைக்கும் புன்னகைகளுடன் இரண்டும் விரும்பாது
இடையில் தகிப்பது அதனினும் இனிது.

இன்னொரு பிற்பகல்.
என்னைப் பார்த்ததும் உனக்குள் புன்னகைக்கிறாய்.
நம் நண்பர்கள் பரமபதம் ஆகிறார்கள்.
நானும்... நீயும்...
நம் நடுவிலிருக்கும் விளையாட்டுப் பலகை மறைகிறது.
ஆட்டம் துவங்குகிறது.
உன் விரல்கள் உந்தியதில் வெள்ளைக்காய் ஒன்று
பறந்து வந்து என் மடியில் விழுகிறது.
ஒரு பார்வை.
எடுத்து நடுவில் வைக்கிறேன்.
அடுத்தது என் முறை.
நம் மௌனம் பொறுக்காத இன்னாரு வெள்ளைக்காய்
உயிர்த்து எழுந்து
பறந்து உன் மடியில் விழுகிறது.
கையிலெடுத்து குனிந்த நிலையில் ஒரு பார்வை.
அப்போது... மழை வருவதாகச் சொன்ன
பாட்டியின் குரல் கேட்டு
கொடித் துணிகள் எடுக்க ஓடுகிறாய்.
அந்தக் கணத்தில்–
சொல்லப்படாத வார்த்தைகள் போல
விளையாட்டுப் பலகை முழுக்க காய்கள் இறைந்து
கிடக்கின்றன.

பிற்பகல்கள் மேகங்களாய்க் கடந்து செல்கின்றன.
சூரியன் சிவப்புக்காய்போல மேற்கில் விழுகிறது.
நிலா வெள்ளைக்காய்போல நகர்ந்து செல்கிறது.

செழியன் | 39

அது ஒரு வெள்ளிக்கிழமையின் பிற்பகல்.
திங்கட்கிழமை பள்ளிகள் திறப்பதால் ஊர் திரும்ப வேண்டும்.
வழக்கம்போல எதிரெதிரே அமர்ந்திருக்கிறோம்.
எனினும் நீ வெகுதொலைவில் இருக்கிறாய்.
பரந்த மைதானம்போல விரிந்துகிடக்கிறது கேரம்பலகை.
கறுப்பு வெள்ளைக்காய்கள் அடுக்கப்படாமல் வெளியில்
இருக்கின்றன.
அடர்ந்த மௌனத்தில் மனம் முழுக்க...
ஸ்டிரைக்கர் மோதித் திரும்பும் சப்தம்.
இன்றுடன் ஆட்டம் நிறைவடைகிறது.
கதவிடுக்கில் அணைகிறது ஒரு பார்வை.

நகரப் பேருந்து நிலையம்.
விடுமுறைக்காக நீயும் உன் சித்தி வீட்டிற்கு வந்திருந்தது
அப்போதுதான் எனக்குத் தெரியும்.
என்னுடன் என் மைத்துனன்.
உன்னுடன் உன் சகோதரன்.
வழியனுப்புதலின் சம்பிரதாயத்தில்
கூடிக் கலைகின்றன கேரம் சதுரத்தின் நான்கு புள்ளிகள்.

கையசைக்கத் திராணியற்று
விதவிதமாய் பேசிய நகச்சாயம் பூசிய
உன் விரல்கள்
குனிந்திருக்கின்றன.
பார்வைகள் அலைபாய...
எதிரெதிர்த் திசைகளில் பிரிந்து
செல்கின்றன நம் பேருந்துகள்.
பிறகு நம் சாலைகள்
சந்தித்துக் கொள்ளவேயில்லை.

துளைகளில் சிலந்திவலை பின்ன
பழைய வீட்டின் இருளடைந்த மூலையில்
சாயந்திருக்கக்கூடும் அந்தக் கேரம்பலகை
நம் நினைவாக!

# 5

நேற்றிரவு
இழந்துபோன உன்நினைவு என்னிடம் வந்தது,
பொட்டல் காட்டில் அமைதியாக வசந்தம் வருவது போல...!
- பெயிஸ் அகமத்ஃபெயிஸ்

*கா*லத்தின் மீது பயணிக்கும்
இரண்டு ரயில் பெட்டிகள் போல
அருகருகே நம் வீடுகள்.
கிழக்குப் பார்த்த வீடு உனது.
மேற்குப் பார்த்தது எனது.
அருகருகே நம் மொட்டைமாடிகள்.

பென்சிலால் வரைந்து அழித்தது போல
மீசை கறுக்கத் துவங்கும் பருவம்.
அகன்ற மார்பும் புஜங்களும் வேண்டி
உடற்பயிற்சி விரும்பும் பிராயம்.

அது ஓர் அதிகாலை
மொட்டை மாடிக்கு வருகிறேன்.
முதலாவது சூரிய வணக்கம்.
ஒற்றைக்கால் மடக்கி கை தாக்கிக் குவித்து
கண் மூடித் திறக்கையில்...
சூரியன் மறைத்து நீ நிற்கிறாய்,
தலை சாய்த்து வழிந்த கூந்தலை
உலர்த்தும் நிமித்தமாக.

பரந்த ஆரஞ்சு வானப் பின்னணியில்
உன் விளிம்புகள் ஒளிர்கின்றன.
விடியும் வானத்தில் மீதமிருக்கும் இருளென
அடர்ந்த உன் கூந்தலை
தலை சாய்த்து இடப்புறம் கவிழ்க்கிறாய்...
ஒரு கணம் உன் பார்வை
என்னைக் கடந்து உன் கூந்தலில் ஒளிகிறது.

இது நிலா வணக்கம் என நினைத்துக்கொள்கிறேன்.

யாருமற்ற உயரத்தில் ஒற்றைக் காலில்
உன்னைப் பார்க்கக் காத்திருந்தது போல்
நீ உணர்ந்திருக்கலாம்.
புன்னகை ஒளித்து நீ திரும்புகிறாய்.
அடர்ந்த மேகத்திலிருந்து விடுபட்டது போல
இன்னொரு சூரிய உதயம்.

பெருகும் ஒளியில் கண்கள் கூச
உன் புன்னகையை அழுந்தப்
பற்றிக்கொள்வதுபோல...
இமைகள் இறுக்கிக் கொள்கிறேன்.
இந்த நொடியிலிருந்து துளிர்க்கிறது
வசந்த காலத்தின் முதல் இலை.
வெட்கமும் புன்னகையும் பெருக
கண்கள் கூசும் அந்தக் காட்சி
வந்துகொண்டே இருக்கிறது.

கிணற்றடியில் திரும்பவும்
சூரிய வணக்கம் செய்து பார்க்கிறேன்.
அந்தக் கணத்தில் என் முகம்
எப்படி இருந்திருக்குமென
கண்ணாடி முன் வெட்கிப் பார்க்கிறேன்.
புற்றிலிருந்து வெளிவரும்
வண்ணத்துப்பூச்சிகள் போல
அடிவயிற்றிலிருந்து மேலெழும் புன்னகை
மலர்ந்து கொண்டே இருக்கிறது.

மாலை.
வேகமாகப் படியேறி வருகிறேன்.
மொட்டை மாடியில் தென்னங் கீற்றுகள்
அசைந்துகொண்டு இருந்தன.
நீ வரும் திசையில்
புத்தகம் விரித்து நிற்கிறேன்.
நீ வரவில்லை.
தலைக்கு மேல் மேகங்கள்
கடந்து செல்கின்றன.
காலையில் நீ முகம் திருப்ப உதித்த
அதே சூரியன்
மேற்கில் வீழ்ந்துகொண்டு இருந்தது.
வெகுநேரம் தலை குனிந்திருந்தேன்.
புத்தகப் பக்கங்கள் புரட்ட முடியாது
கனக்கின்றன.

செருமல் ஒலி.
சட்டென நிமிர்கிறேன்
நீ சீருடையில் நிற்கிறாய்.
ஒரு கணம் உன் புன்னகை
கையில் மறைத்துத் தலை குனிகிறாய்.
உன்னைப் பார்த்து எழுகிறேன்.
நீ வேகமாகத் திரும்பி ஓடுகிறாய்.
இறங்கும் படிகளில் அஸ்தமிக்கிறது
உன் உருவம்.
பிறகு இனிக்கத் துவங்கும் பொழுது.

மெல்ல இருள் கவிய...
காத்திருக்கிறேன்.
பூத்து வளைந்த
சூரியகாந்திச் செடியைப் போல...
உனது வீட்டின் மாடியில்
மின் விளக்கு எரியத் துவங்குகிறது...
நீ வரக்கூடுமென நான்
பதட்டம் கொள்கிறேன்.
உதயம் போல படிப்படியாக உயர்ந்து
வருகிறது உன் முகம்.
எளிய இரவு உடையில் சிறுமியாகத் திரும்பி
வருகிறாய்.

மறந்து வைத்ததை எடுத்துச் செல்ல
வந்த பாவனையில்
இங்கும் அங்கும் நடக்கிறாய்.
விரல்களால் பூக்கொய்வது போல
இமைகளால் என்னை எடுத்துச் செல்கிறாய்.
எரியும் மஞ்சள் ஒளியில்
நிழலாய் மிஞ்சுகிறேன்.
இருள் நிரம்பிய வெளியில்
ஓடங்கள் போல மிதக்கின்றன
இரண்டு மொட்டை மாடிகள்.

மஞ்சள் விளக்கும் நானும்
தனித்திருக்கிறோம்.

காலை...
விளக்கை அணைத்துச்
சூரியனை ஏற்றுகிறாய்.
மாடிக்கு வருகிறாய்
உன் அழகைக்
கண்ணாடியில் சரிபார்ப்பது போல
என்னைப் பார்த்து
உன் உடையைச் சரிசெய்கிறாய்.
சிறிய பூ வளையம் போன்ற
கைக் கண்ணாடியில் பார்த்து தலை சீவுகிறாய்.
கண்ணாடிக்குள் எதிரில் இருக்கும் நான்
உன்னை நோக்கி நடந்து வரும்போது
வெட்கம் தாளாது இறங்கி ஓடுகிறாய்.

கடைவீதியில் உன்னை
ஒரு முறை பார்த்தேன்
ஏதும் தெரியாதவள் போல
குனிந்து செல்கிறாய்.
அன்று மாலையே மொட்டை மாடியில்
பார்வைகளால் குதூகலிக்கிறாய்.

கையில் விரித்த புத்தகத்துடன்
படிக்கிற பாவனையில்
இருவரும் எதிரெதிர் திசைகளில் நடக்கிறோம்.
திரும்பும்போது பார்த்துக் கொள்கிறோம்.
நீ எனக்கு முன்பாகத் திரும்பினால்
நடக்காமல் சற்று தயங்குவாய்.
தாமதமாக நான் திரும்புகையில்
ஒரு புன்னகை,

இமைகள் போதாதென்று
புத்தகத்தால் மறைக்கிறாய்.
பாடம் என்னவோ வேதியியல்

படித்ததெல்லாம் மனப்பாடம்.

பயணிகளை ஏற்றியதும்
விலகிச் செல்லும்
விமானத்தின் படிகள் போல
நாமும் படிகளை இழந்து
வானத்தின் கீழே தனித்திருக்கிறோம்
பல முறை.

ஒரு நாள் மாலை
உறவினர் திருமணத்துக்கு
ஒரு வாரம் போய்த் திரும்புகையில்
காலியாய் உணர்ந்தேன்
மொட்டை மாடியை.
உன் தந்தையின் வேலைமாற்றம் கருதி
நீங்கள் இடம் பெயர்ந்ததாகப் பின்னர் அறிந்தேன்.
அந்த நாளில்
கடைசி முறையாய் நீ மாடிக்கு வந்து
கலங்கிய கண்களுடன் இறங்கிப்
போயிருக்கக்கூடும்.

மிஞ்சிய உன் மௌனமாய்
இரவெல்லாம் தலை கவிழ்ந்து எரிகிறது
மஞ்சள் விளக்கு.
காற்றில் மிதக்கும் உன் கூந்தலைச்
சீவுவது போல அசைகின்றன
தென்னங்கிற்றுகள்.
நாம் சொல்ல விரும்பி சொல்லாமல் போன
அன்பின் வாக்கியம் போல
உயரே கடந்து செல்கிறது
பறவைக் கூட்டம்.

தொட்டுக்கொள்ள முயன்ற
இரண்டு உள்ளங்கைகளைப் போல
வானம் பார்த்துத் திறந்திருக்கின்றன
யாருமற்ற இரண்டு மொட்டை மாடிகள்!

# 6

"உன்னுடைய புன்னகை அவ்வளவு நிஜம்
என் வாழ்வின் நிஜங்களைப் போன்று..."
                              - ழாக் ப்ரேவர்

சூரியன் இல்லாத அறையில்
நாம் சந்தித்தோம் முதன்முதலாக.
நீளக் குழல் விளக்குகள்
படபடவென இமைத்து விழிக்க...
சுவர்க் கடிகாரம் ஏழு முறை அதிர்ந்தது
அப்போது.

எழுந்து செல்கின்றனர் சிலர்.
காலியான இருக்கைகளில்
வந்து அமர்கின்றனர் சிலர்.
எழுந்து செல்பவர்களில் நீ.
வந்து அமர்பவர்களில் நான்.

கதவுகளற்ற அந்த நுழைவில்
ஒருவரையொருவர் கடக்கும்போது
உன் கண்களில் நானும்
என் கண்களில் நீயும்
மிதந்து வெளியேறினோம்.

அது ஒரு தட்டச்சுப் பயிலகம்
மேல் தளத்தில் இருந்தது.
பின் மாலைப் பொழுது.
மேல்நிலை வகுப்பின்
முதல் மாதங்கள்
உன் வகுப்பு முடிவதும்
என் வகுப்பு துவங்குவதுமாக
முடிந்து துவங்கும் கணங்களின்
இடைவெளியில் மலரும் நம் காலம்.

சன்னலோர இருக்கையில்
ஐந்தாம் எண் இலக்கமிட்ட
டைப்ரைட்டர் நம்முடையது.
நீ எழுந்த இருக்கையில்
நான் அமர்கிறேன்.
குழிந்த கறுப்புச் சதுரங்களாய்
அடுக்கியிருக்கும் எழுத்துக்கள் மீது
உன் விரல்பட்ட சுவடுகள் ஒளிர்கின்றன.

இயந்திரம் மௌனமாக இருக்கிறது.
வெற்றுத் தாள் பொருத்துகிறேன்.
வகுப்பறையிலிருந்து வெளியேறுமுன்
ஒரு கடைக்கண் பார்வை.
இயந்திரத்தின் உள்ளிருந்த ஓர் எழுத்து
பறந்து வந்து
நீல நாடாவை முத்தமிட்டு ஒளிகிறது.
புரியாத பார்வையை
அர்த்தமற்ற எழுத்துக்களின் தொடர்ச்சியால்
மொழிபெயர்ப்பதைப் போல
ASDFGF; LKJHJ எழுத்துக்கள்
காகிதத்தில் நகர்ந்து செல்கின்றன.

வகுப்பு நேரத்துக்கு முன்பே வருகிறேன்.
அறையின் மூலையில் டைப்ரைட்டருடன்
நீ அமர்ந்திருக்கிறாய்.
காத்திருக்கிறேன்.
பக்கம் மாற்றும்போது
என்னைப் பார்த்துவிடுகிறாய்.
பதட்டத்துடன் கைக்கடிகாரம் பார்க்கிறாய்
நான் முன்னதாகவே வந்ததுணர்ந்து
புன்னகைக்கிறாய்.
பிறகு உன் விரல்கள்
முன்னிலும் வேகமாய் இயங்க
எழுத்துச் சாவிகள் எழுப்பும் சப்தம்
மனசுக்குள் சொட்டுச் சொட்டாய்த்
தெறிக்கும் மழை.
கடிகாரத்தின் ஏழு மணியதிர்வுகள்.
உன் காகிதம் தளர்த்தி எழுகிறாய்.
சப்த மழையின் ஊடாக நடந்துவருகிறாய்
எதிரே வருகிறேன்.
கவிழ்த்திய புன்னகையுடன் கடந்து செல்கிறாய்.
ஒரு பிரிவே சந்திப்பாவது
நமக்குதான் நிகழ்ந்தது.

நான் தாமதமாக வரும் நாட்களில்
படிக்கட்டுகளில் நிகழும்
பிரிவும் சந்திப்பும்.

குறுகலான அந்தப் படிக்கட்டுகளில்
நான் ஏற வரும்போதெல்லாம்
நீ இறங்கி வருகிறாய்.
சிலமுறை நான் பின்னிறங்கி
வழிவிடுகிறேன்.
சிலமுறை நீ மேலேயே நின்று
வழிவிடுகிறாய்.
ஒருமுறை வேகமாக வந்ததில்
படிக்கட்டின் நடுவில் இருக்கிறோம்
இருவரும்.
திரும்பிச் செல்வது இயலாது
பார்த்ததும் நின்று விடுகிறோம்.
நம் இடையே மூன்று படிகள்.
பேசலாம் எனத் தோணும் தருணம்.
தலைகுனிந்து மெதுவாக
முதல் படியில் இறங்குகிறாய்.
முகம் நோக்கும் திராணியில்லை இருவருக்கும்.
நான் இடப்புறம் ஒதுங்குகிறேன்.
சுவருக்குள் ஒளிவதுபோல நீ
வலப்புறம் ஒதுங்குகிறாய்
உடம்பே இதயமாகத் துடிக்கிறது.
இரண்டாவது படியில் இறங்குகிறாய்.
குனிந்த என் பார்வைப்புலத்தில்
உன் வளைக்கரம்
சுருட்டிய காகிதத்துடன் இறங்குகிறது...
இருவரும் ஒரே படியில்.
மெல்லிய இடைவெளி.
ஆடைகூட உரசிவிடக் கூடாதென்ற
கவனம் நமக்கு.
உறைந்து மீள்வதைப்போல ஒரு கணம்.
நான் பேச விரும்பிய
வார்த்தைகளையெல்லாம்
சுருட்டி எடுத்துச் செல்வதுபோல
தட்டச்சு செய்த தாளுடன் இறங்குகிறாய்.

வெற்றுக் காகிதத்துடன்
படியேறுகிறேன் நான்.

*சில நாட்களில்
வருகைப் பதிவேட்டின் முன் சந்திக்கும்
நம் பிரிவு.
வகுப்பு நேரம் கருதி அருகருகே
இருக்கின்றன நம் பெயர்கள்.
பதிவேட்டின் முன்பு நீ குனியும்போது
பேனாவை முந்தி காகிதம் தொடுகிறது
உன் நெற்றியிலிருந்து
வளைந்திறங்கும் கூந்தல் இழை.
ஒற்றை விரல் அபிநயமென
அதைக் காதோரம் ஒளித்துக்
கையெழுத்திடுவாய்.
பிறகு உன் மருதாணி விரல்களில்
ஒன்றைப் பரிசளிப்பது போல
பதிவேட்டின் மீது பேனாவை வைக்கிறாய்.
நீளக் காம்புடன் பறித்த பூவை
சாய்த்து வைத்ததுபோல
இருக்கிறது உன் கையெழுத்து.
கோடிட்ட பதிவேட்டின்
தோற்றப் பிழையால்
என் பெயருக்கு நேரே உன்
கையெழுத்திருக்கிறது.
தவறென்று அறிந்து விரல் கடிப்பாய்.
நான் தெரிந்தே உன் பெயருக்கு நேரே
கையெழுத்திடுகிறேன்.
ஒரு ரகசியப் புன்னகை
வகுப்பறைக்கு உள்ளும் புறமும்
ஒளிந்து செல்லும்.

இன்னொரு நாள்.
எழுத்துக்கள் சப்தமாய் மிதக்கும் அறை.
உன் கைக்கடிகாரம் கழற்றி அருகில் இருக்க
தட்டச்சின் வேகம் பயில்கிறாய்.
சடசடத்துப் பெய்கிறது வார்த்தை மழை.

கடிகாரத்தின் தாமிர ஒலி.
நீ எழுகிறாய்.
பழக்கமான அதே புன்னகையுடன் கடந்து செல்கிறாய்.*

பிறகு ஆயிரம் மரங்கொத்திகள்
சுவர் துளைப்பதுபோல
வெற்றுச் சப்தங்களால் நிறையும் அறை.
டைப்ரைட்டரின் அருகே
மறந்துவிட்டுப் போன
உன் கைக்கடிகாரம்.
அழைக்கலாம் என நினைக்கையில்
பின் வந்து நிற்கிறாய்.
மரங்கொத்திகள் சன்னலில் பறந்து மறைய
மழை பெய்யும் அறை.
உன் கடிகாரத்தில் சுழன்றுகொண்டு
இருக்கிறது மின்விசிறி.
எடுக்க நீளும் உன் மணிக்கையில்
கடிகாரத்தின் நினைவென
வெளுப்பு வளையம்.
காலம் அணிந்து விடைபெறுகிறாய்.
கல் உடைக்கும் சப்தங்களுடன்
மீள்கிறது அறை.

தேர்வுகள் வருகின்றன.
நமது இயந்திரம் உனக்காகிறது.
எதிரிலிருப்பது எனக்கு.
பார்க்காமலே எழுத்துக்களின் இடம்
அறிந்தன விரல்கள்.
பார்த்தும் புரியாதிருக்கிறது மனம்.

ஒரு நிமிடத்தில் நாம் அச்சிடும்
வார்த்தை வேகம்
பிரமிக்கவைக்கிறது.
எனினும் இத்தனை நாட்களில்
பேசிக்கொள்ள நம்மிடம்
ஒரு வார்த்தை இல்லை
ஓர் அட்சரம் கூட.

தேர்வுக்குச் செல்லும் குழுவை
நிழற்படம் எடுக்கும் சம்பிரதாயம்.
பத்து முகங்கள் நூறு விரல்களுக்கென...
படத்தின் இந்த மூலையில் நான்

மறு மூலையில் நீ
நான் உன்னையே நினைத்திருக்கிறேன்.
நினைத்த ஒரு கணம்
நிழற்படமாய் உறையட்டுமென.

நம் வகுப்புகள் அன்றுடன் முடிந்தன.
தேர்வு நாளில்
புராதனமான அந்த மேல்நிலைப்பள்ளியின்
விறாந்தையில் சந்தித்தோம்.
தோழிகளின் பின் ஒளிந்து
ஒரு புன்னகையை அனுப்புகிறாய்.

தேர்வு அறையின் பெருமழைச் சப்தம்
பின்பு நிகழ்ந்ததெல்லாம் மௌனம்.

ஆசிரியர் வரச் சொன்ன விடுமுறை நாளில்
நீ வரக் கூடுமென
தேர்வு முடிவுகள் பார்க்கப்
பயிலகம் வருகிறேன்.
வெளிச் சுவரில் ஒட்டிய சாணித்தாளில்
அசைந்துகொண்டு இருந்தது
நீலம் ஊறிய உன் பெயர்ச்சொல்.
நீ வரவில்லை.

வெற்றுப்படிகள்.
அணைந்த குழல் விளக்குகள்.
மழை ஓய்ந்த அறைக்குள்
உறைபோர்த்துத் தூங்குகிறது
நம் டைப்ரைட்டர்.
உறைந்த நிழற்படம் ஆணியில் தொங்க
பூட்டிய வகுப்பறைக்குள்
அறுந்த இதயமெனத் துடிக்கிறது
ரோமன் எழுத்துக் கடிகாரம்.

# 7

நீ வந்தாய்
எல்லாம் புதிதாகத் தெரிந்தது
அங்கே நானுமில்லை; நீயுமில்லை
இரண்டு நிழல்கள் பேசிக்கொண்டு இருந்தன:
-ஆத்மாநாம்

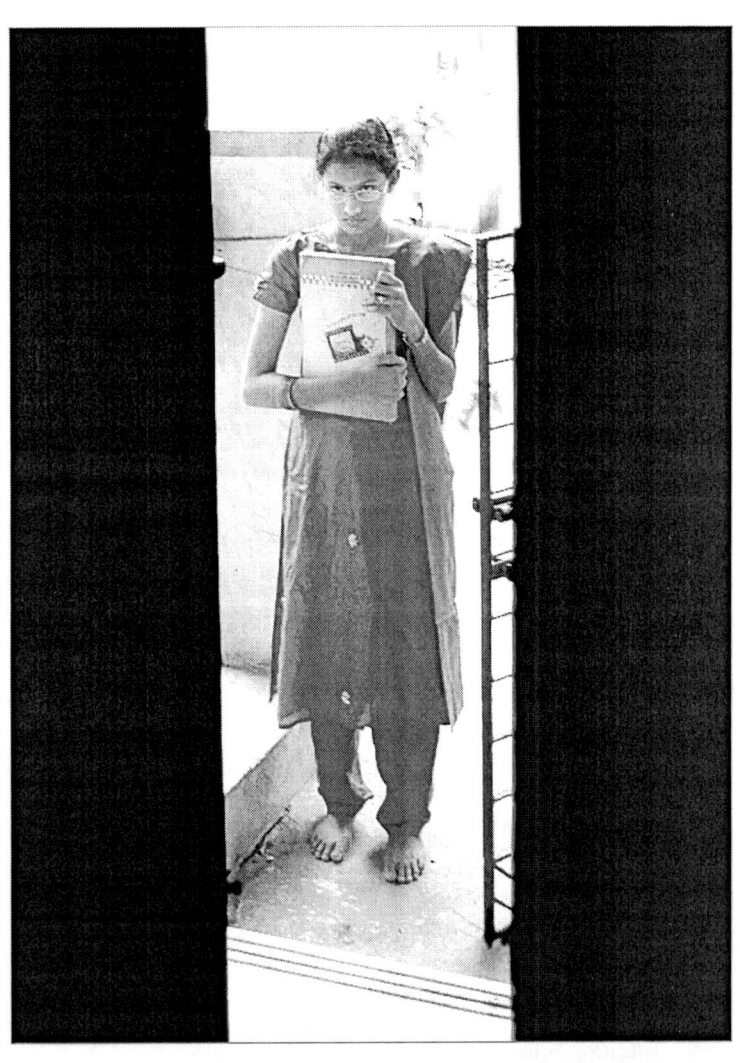

எளிய வாசல் கதவு,
இங்கிருந்து துவங்குகிறது
உன் நினைவு.

ஓவியத்தில் வரைந்தது போல
திறந்தே இருக்கிறது என் வீட்டின் கதவு.
இதன் வழியே சிட்டுக்குருவிகள் வந்திருக்கின்றன.
வண்ணத்துப்பூச்சி வந்தது ஒருமுறை.
விசேஷமாய்க் கருதிக்கொள்ள
இந்த வாசல் வழியே நீயும் வந்தாய்
தங்கையின் தோழியென.

மார்பில் சாய்த்த நோட்டுக்களின் மீது
வகிடெடுத்துக் கவிழ்ந்த முகத்தை
ஒரு பூங்கொத்தென ஏந்தி வருகிறாய்.
கதவின் ஓரத்தில்
சிலையென நிற்கிறாய்.
தங்கை உன்னை அறிமுகம் செய்கிறாள்.
சிலையின் விழிகள் மட்டும் உயிர்க்க
ஓசையில்லாது நிழற்படம் எடுப்பது போல
உன் இமைகள் மூடித் திறக்கின்றன.
என்னைப் பார்க்கிறாய்
சம்பிரதாயமான புன்னகை
திரும்பிக் கடந்து செல்கிறாய்
வெற்றிடம் நிரப்பப்படும் எனும்
இயற்பியல் விதியின்படி
என் மனம் நிறைகிறது.
விதிக்கு மாறாக
கதவின் நிமிர்ந்த செவ்வகம் வெற்றிடமாகிறது.

நான் மேல்நிலை இரண்டாமாண்டு
நீ முதலாண்டு
தங்கையின் வகுப்புத் தோழியாக
தினம் வருகிறாய்
பள்ளி செல்லும் அவசரத்தில்
பார்த்துக் கொள்கிறோம்.

மறு நாள்
தயங்கி வருகிறாய்
வீட்டினுள்ளும்
நான் தலை சீவும் கண்ணாடியிலும்.
முகம் பார்க்கும் கண்ணாடியில் உன் முகம் பார்க்கிறேன்.
தலை கவிழ்கிறாய்.
ஒரு கணம் உன் பிம்பத்துக்கும்
உருவத்துக்கும் இடையில் நான்.

தங்கை என்னிடம்
சொல்லிக் கிளம்புகிறாள்.
சம்பிரதாயமென நீயும் யத்தனிக்கிறாய்
கண்ணாடி வழியே பார்க்கிறேன்
சொல்லலாம் என்ற விருப்பம்
சொல்லலாமா என்ற தயக்கம்
நிமிர்வதும் குனிவதுமென
நொடி நேரத் தவிப்பு,
சொல்லாமல் விடைபெறுகிறாய்
வாசல் நிலையிலும்
நிலைக் கண்ணாடியிலும்.

காலைப்பொழுது இசைகூடி வருகிறது.
என் வீட்டை அலங்கரிக்கிறது வெயில்.
அடிக்கடி கடிகாரம் பார்க்கிறேன்
வாசல் வழியே நீண்ட
மஞ்சள் கம்பளமாய் விரிந்த வெயில்
கால் மிதியாய்ச் சுருங்கி வருகிறது.
வருகிறாய் அன்று மலர்ந்த முகத்துடன்
பார்த்ததும் தலை கவிழ்கிறோம்.
நேற்றைய நாடகத்தின் நீட்சியென
நீ கதவோரம் நின்று கொள்கிறாய்.
நான் கண்ணாடியில் ஒளிகிறேன்
நேரில் தொலைவிலிருக்கும் நீ
கண்ணாடியில் அருகிருக்கிறாய்.

தங்கை என்னிடம்
சொல்லிக் கிளம்புகிறாள்.
கவிழ்ந்த முகத்துடன் நீ திரும்பும்போது
உன்னைப் பார்க்கிறேன்
சொல்லாமல் விடைபெறும் தருணம்
வாசல் கடந்ததும்
ஒரு கணம் திரும்புகிறாய்
மெல்லிய காற்றில்
மலர் நலுங்குவது போல
வருகிறேன் எனும் தலையசைப்பு
அந்த பாவனையிலிருந்து
பெருகுகிறது நம் பிராயத்தின் இசை.
சன்னல் கதவுகள் சிறகாய் விரிய
பறவையென மிதக்கிறது வீடு.

ஒருநாளின் இந்தக் கணத்துக்காக மட்டும்
பூமி தன்னைத்தானே சுற்றிக்கொள்கிறது.
வருகின்றன காலைப் பொழுதுகள்.
மணி எட்டு முப்பது.
கடிகாரத்தின் விரிந்த முட்களின் மீது மலர்கிறாய்
அன்று புத்தாடையில் வந்திருந்தாய்
பிறந்த நாள் என்று தங்கை சொல்ல
மஞ்சள் உறையணிந்த
லேக்டோ கிங் சாக்லேட்கள் தருகிறாய்
'இந்த நாள் பல முறை வருக'
தலை கவிழ்ந்த புன்னகை
"நன்றி" எனும் பதில் ஆங்கிலம்.

பிறகொரு காலை
கொடி நாள் என்று தங்கை சொல்வாள்.
பத்து ரூபாய்க்கு
மூவர்ண காகிதக் கொடிகள்
இரண்டு தருகிறாய்
எங்கள் பள்ளியிலும் கொடி நாள்
என்கிறேன்.

செழியன் | 67

கைக்குட்டையில் ஒளித்த சிரிப்புடன்
விடை பெறுகிறாய்.

ஒரு ஞாயிற்றுக்கிழமையின் காலை
கனத்த சட்டமிட்ட ஓவியமாய்
மாறுகிறது வாசல்.
இத்தனை நாள் புன்னகைகளையும்
எடுத்து வந்ததுபோல்
சிறிய பிளாஸ்டிக் பையில்
விதவிதமான மலர்களுடன் நிற்கிறாய்
சங்கு மலர்கள். குல்மோஹர், சித்தகத்திப் பூக்கள்.
தாவரக் குடும்பத்தின்
விநோதப் பெயர்கள் கொண்ட
இலைத் தொகுதிகளால்
ஹெர்பேரியம் தயாரிக்கிறாய்.
குனிந்த தலை நிமிரும் பாவனையில்
தங்கை அறியாமல்
என்னைத் தேடுகிறாய்.
தொடுகோடுகள் பற்றிய வரைபடங்கள்
எழுதும் பாவனையில் நான்
வாசலில் இருக்கிறேன்.
ஒளித்தாலும் வந்து சேர்கின்றன
உன் புன்னகைகள்.

தங்கை என்னிடம்
இரண்டு செம்பருத்தி மலர்கள்
கேட்கிறாள்.
இரண்டாவது உனக்கு எனும் பொருளில்
ஒளிந்து பின்னால் நிற்கிறாய்.
தொலைவிலிருக்கும் கோயிலில் இருந்து
இதழ் அசங்காமல் பறித்து வருகிறேன்.
விரல் குவித்து நான் ஏந்திய கரத்தில்
நீ தொடும்போது மலர் என்ன உணரும்?
அந்த நினைவின் மயக்கத்தில்
நோட்டின் பக்கங்களில் உறங்கக்கூடும் அது

நன்றியென உள்முகமாய் மலரும்
உன் புன்னகையின் தாவரப்பெயர் என்ன?

நம் பொழுதுகளின் ஹெர்பேரியம்
உன் நினைவுகளைப் பதனிடுகிறேன்.

காலைப் பொழுதை
உடன் அழைத்து வருகிறாய்.
கால்மிதியாய்ச் சுருங்கிய வெயிலை
கைக்குட்டையாய் எடுத்துச் செல்கிறாய்.
கிணற்று நீரில் நிலவின் பிம்பமென
கண்ணாடியில் ஊறி அமிழ்கின்றன
விதவிதமான பாவனைகொண்ட உன் முகங்கள்.

எதுவும் கொண்டு வருவதில்லை
எனினும் கொண்டு வருகிறாய்.
எதையும் கொண்டு செல்வதில்லை
எனினும் கொண்டு செல்கிறாய்.
வருகிறேன் எனும் பாவனையுடன்
போகிறவள் நீ.

தேர்வுக் காலங்கள் வருகின்றன.
இரவு வகுப்புகள், நண்பருவத் தேர்வுகள்
சிறப்புப் பயிற்சிகள் என
அறியாமலேயே நாம் பிரியத்துவங்குகிறோம்.
பார்த்து நாளாகிறது.
ட்யூஷன் வகுப்பின் வெளியே நிற்கிறது
உன் சைக்கிள்.
கடந்து செல்கையில் அசைகின்றன
உன் வீட்டு வாசலின் திரைச்சீலைகள்.

மதியத் தேர்வுக்காக ஒருமுறை
தங்கையை இறக்கிவிட வருகையில்
என்னைப் பார்த்ததும் அருகில் வருகிறாய்,
உன் தோழியைப் பார்க்கிற பாவனையில்.

கண்கள் எதையோ சொல்ல விரும்புகின்றன.
ஆசிரியைகள் நடந்துவர
தலை கவிழ்கிறாய்
பிறகு
கடந்து செல்லும் சீருடைகளில்
மாணவியாய்க் கலந்து மறைகிறாய்.

ஓவியம் வெளியேறிய வெற்றுச் சட்டமாய்
மிஞ்சிய வாசலில்
மேகங்கள் கடந்து செல்கின்றன.
புதைபடிவுகளென அமிழ்ந்த உன் முகங்கள்
சிதறிய காகிதங்களென
கண்ணாடியிலிருந்து விடுபட்டுப் பறக்கின்றன.

காலைப் பொழுதுகள் வருகின்றன
தினமும் கம்பளம் விரித்து
சுருட்டிச் செல்கிறது வெயில்
என்னிடம் இரண்டு காகிதக் கொடிகள்.
உன்னிடம்...
தாவரவியல் நீள நோட்டினுள்
உலர்ந்து நிறமிழந்த ஒரு செம்பருத்தி மலர்

காலம்கடந்தும் மீதமிருக்கின்றன
மாயமற்ற நம் அன்பின் சாட்சியாக!

# 8

"இன்று,
இடையறாத உன் பெயர்
நிலவிலிருந்திறங்கி
என் மீது சொரியும்
ஓர் ரத்தப்பெருக்கு."

- பிரமிள்

**அ**ந்த அதிகாலையில்
பனி பெய்தது,
யாருமற்றிருந்தது தெரு
நாம் மட்டும் இருந்தோம்.

அடர்ந்த கொன்றை மரத்தின் பின்னால்
தெரு விளக்கு எரிய...
உதிர்ந்த மஞ்சள் இலைகளாய்
சிதறிக்கிடந்தது வெளிச்சம்.

நான் இருளிலிருந்து வருகிறேன்.
கம்பளிக் குட்டை தலையில் அணிந்து
நீ கோலமிடுகிறாய்
கனவின் பேரமைதியில்
நிகழ்வது போன்ற காட்சி.
இமைகள் தாழ்வதும் எழுவதுமாக
நாம் பார்த்துக் கொண்டோம் ஒருமுறை.

கடந்து செல்கிறேன்
நான் இருளிலும்
நீ பனியிலும்
மெல்ல மறைந்தோம் பிறகு.

மார்கழி மாதம்
தேர்வுக்காக இரவில் படிக்க
நண்பன் வீட்டு மாடியில் தங்குகிறேன்.
எதிரில் இருக்கிறது
அக்ரஹாரத்தின் திண்ணைகொண்ட உன் வீடு.

காலை நான்கு மணிக்கே எழுகிறேன்
கம்பிக் கிராதிகளின் வழியே பார்க்கிறேன்.
நட்சத்திரங்களில்லாத வானம்.

உன் வாசலில் சிதறிக்கிடக்கின்றன புள்ளிகள்.
வண்ணக் குவளைகள் அருகிருக்க
நீ வரைகிறாய்
உன் கோல நோட்டின் பக்கங்கள்
தானாகப் புரள்கின்றன.
பனிக் காற்று நாசி துளைக்க
தும்முகிறேன்
சப்தம் வந்த திசை தேடுகிறாய்.
நான் விளக்கேற்ற
என் அறையின் வெளிச்சம்
எழுதப்படாத நீண்ட அஞ்சலட்டை போல
உன் வாசலில் விழுகிறது.
நிமிர்கிறாய்
பெய்யும் பனியில் திரும்பவும் சந்திக்கின்றன
நம் பார்வைகள்.
கண்களைத் திரும்பப் பெற்றுக்கொண்டு
நான் புத்தகத்துக்கு மீள்வேன்.
நீ உன் வாசலுக்கு.

புள்ளிகள் இணையத் துவங்குகிறது
அழியாத கோலம்.

திரும்பவும் தும்மல்.
நிமிர்கிறாய்,
பார்க்கிறோம்.
ஒரு நொடி தலை குனிந்து
திரும்பவும் பார்க்கிறோம்
புன்னகை கொடுத்து கண்களை
மீட்போம் இப்போது.

இனி நம் வண்ணங்கள்.
ஒரு பார்வையில் நீலம்.
இன்னொன்றில் செந்தூரம்.

ஒரு புன்னகையில் கத்தரிப் பூ
இன்னொன்றில் இலைப் பச்சை
மலர்ந்து ததும்புகிறது கோலம்.

வரைந்து முடித்ததும் என்னைப் பார்க்கிறாய்
கோலமிடக் கவிழ்ந்த உன் விரல்களை
என் கையில் நிமிர்த்துகிறேன்
அற்புதம் எனும் பொருளில்.
வரையாத மலரெடுத்துப்
புன்னகைக்கிறாய்.
நாணமும் பெருமிதமும்
குழையும் தருணம்
தலை சாய்த்துப் பார்த்துக்கொண்டே பின்நடக்க
இருளில் மறைகிறது உன் பார்வை.
கதவு சாத்துகிறாய்,
புத்தகம் மூடுகிறேன்.

ஓரத்தில் பூக்கோலம் வரைந்த
அஞ்சல் அட்டையென
உன் வாசலில் கிடக்கிறது
என் அறை வெளிச்சம்.
அதைப் பெற்றுக்கொள்வதுபோல
விளக்கணைக்கிறேன்.
எல்லோருக்கும் விடிகையில்
நமக்கு முடியும் ஒரு நாள்.

இன்று படித்தது ஒளியியல்.
முப்படிகத்தின் ஊடே ஒளி நுழைகையில்
நிற மாலை.
கண்களின் வழியே நீ நுழைகையிலும்
அதுவே நிகழ்ந்தது.
நிறப்பிரிகை பற்றிய புதுப் பாடத்துடன்
வீடு திரும்புவேன்.

மறுநாள்.
உன்னைப் பார்ப்பதற்காக
அலாரம் வைக்கிறேன்
எழுந்து பார்க்கிறேன்
நீ இல்லை.
திரும்பவும் படுத்து
இருளில் காத்திருக்கிறேன்.
கோலம் முடிகிற உன் கடைசித் தொடுதலில்
பளிச்சென்று விளக்கேற்ற வேண்டும்
நீ வரைகிற ஓர்மையை
ஒளிந்து பார்க்க வேண்டுமென்பது
என் ஏற்பாடு.
கதவு திறக்கிற சப்தம்.
மெல்லத் தொடரும் கொலுசொலி.
வாசல் பெருக்கும் ஓசை.
நீர் தெளிக்கும் இசை.
மௌனம்.

நான் விழித்து விளக்கேற்றி
அவசரமாய் சன்னல் வருகிறேன்
பறக்கும் கிளிகளுடன் வரைந்த கோலம்.
வாசல் தூணில் சாய்ந்து
உன் கோலத்தைப் பரிசளிக்கக்
காத்திருப்பதுபோல
என் சன்னல் பார்த்து நின்றிருக்கிறாய்.
புன்னகைத்துக் கொள்கிறோம்.
தலை குனிந்து நடந்து இருளில் அமிழ்கிறாய்.
கதவு தாழிடும் சப்தம்.
விடியும் முன்பே முடியும் இன்னொரு நாள்.

இருளில் நாம் பார்த்துக் கொள்கிறோம்
தேரோடும் இந்த ராஜ வீதியை
ஸ்வரங்களாய்க் கடந்து செல்கிறது மார்கழி.
கிட்டார் இசையுடன் வலம் வரும் கிறிஸ்தவப் பாடகர்கள் .

சான்ட்டா க்ளாஸ் பார்ப்பதாக
வாசல் வருகிறாய்
நாம் பார்த்துக் கொள்கிறோம்.
கழுத்தில் தொங்கும்
சுதிப்பெட்டியுடன்
பாசுரம் பாடி வரும் ஓதுவார்கள்.
நீ வாசல் வருவாய்
பாடல் கரைந்து முடியும் வரை
நாம் பார்த்துக் கொள்வோம்.

மணிக்கதவம் தாழிடும் ஓசை
இரவு முடிகிறது.
தாழ் திறக்கும் இசை.
அதிகாலை துவங்குகிறது.
நான் சன்னலில்
நீ வாசல் தூணில்
ஊரின் பொது இமையெனக்
கவிந்த இருளில்
நாம் மட்டும் விழித்திருக்கிறோம்
தூறலெனத் துவங்குகிறது மழை.
தெரு முழுக்கப் புள்ளிகள்.
என்னைப் பார்க்கிறாய்
மழையின் புள்ளிகள் சரியா என்பது போல்
கோல நோட்டைப் பார்க்கிறாய்
வரையாத கோலத்தின் முன்
நாம் காத்திருக்க
கோடுகளாய்ப் பெய்கிறது மழை.

புத்தாண்டு வருகிறது.
நள்ளிரவுக்காகக் காத்திருக்கிறேன்
பதினோரு மணியிலிருந்தே கோலமிடுகிறாய்.
முட்கள் இணையும் அப்பொழுதில்
சன்னமான அலார ஒலி

சப்தம் வராமல் உதடு அசைத்து
வாழ்த்துச் சொல்கிறாய்.
கேட்காத தொனியில் புருவம் நெளித்து
என்ன என்பதாகத் தலையசைக்கிறேன்.
சுட்டு விரல் நீட்டுகிறாய்.
பூக்களின் கீழே நீ எழுதிய
Happy New Year
படித்து நிமிர்கையில்
நாணம் கவிழ இருளில் ஒளிகிறாய்.

ஒரு நாள்
மாலையில் கோலமிடுகிறாய்
உற்சவ மூர்த்தியின் வருகைக்கென.
பெட்ரோமாக்ஸ் விளக்கொளியில்
சப்பரம் வந்து நிற்கிறது
கூட்டத்தில் முன்னகர்ந்து வருகிறேன்
உன் தந்தையோடு சேர்ந்து
பெண்களுக்குப் பிரசாதம் வழங்குகிறாய்
உன்னை நோக்கிக் கை நீட்டுகிறேன்
அலையும் விழிகளுடன் விநியோகிக்கிற நீ
என்னைப் பார்த்ததும் பார்க்கிறாய்
பக்தியில் ஜ்வலிக்கிறது உன் முகம்
தயக்கத்துடன் திருநீறு எடுக்கிறாய்
கவிழ்ந்த புன்னகை
குவிந்த உன் விரல்களிலிருந்து
என் உள்ளங்கையில் விழுகிறது
கோலத்தின் ஒரு புள்ளி
கைத்தலம் மூடிக் காத்து
என் புத்தகத்தினுள் சேமிக்கிறேன்
நீ பரிசளித்த முதல் புள்ளியை.

கோலம் உன் மொழி
கோலம் உன் பதில்

கோலம் உன் மௌனம்.
கோலம் இயற்றப் பிறந்தவள் நீ

இசைத்தட்டு தொடும் ஊசியென...
சுழலும் பூமியின் முன்
குவிந்த உன் விரல்கள்.
பனி பெய்து கொண்டே இருக்கிறது.
பருவம் கழிய
நீ வரைந்து கொண்டே இருக்கிறாய்
விடை பெறுகிறது மார்கழி.

இரவுப் படிப்புக்காக நான்
பள்ளியில் தங்குகிறேன்
மார்ச் மாதத்தின் துவக்க நாட்கள்.
படிப்பதற்கான விடுமுறையில்
திரும்பவும் அறைக்கு வருகிறேன்.

தெருவின் முகம் மாறிவிட்டது.
புழுதி பறக்கும் வாசலில்
நல்வரவு என்று ஸ்டிக்கர் ஒட்டிய
உன் கதவு சாத்தியே இருக்கிறது.
பல முறை பூட்டியிருக்கிறது.

தமக்கையின் திருமணக் கடன்கள் முன்வைத்து
உன் வீடு விற்கப்பட்டதாக அறிகிறேன்.

புலம் பெயர்பவர்களை இருளில்தான்
கைவிடுகிறது ஊர்.

அதுவும் ஓர் அதிகாலை
வாகனச் சத்தம் கேட்டு
சன்னலுக்கு வருகிறேன்
யாருமற்ற தெரு.

பொருட்கள் ஏற்றப்பட்டு
உன் வீட்டின் முன் நிற்கிறது வாகனம்.
கவிழ்ந்த முகத்துடன்
புறங்கையால் கண்கள் துடைத்தபடி
வாசல் கடந்து வருகிறாய்.
இருக்கையில் அமர்ந்ததும்
நிமிர்ந்து என் சன்னலைப் பார்க்கிறாய்
வாகனக் கதவு ஓசையில்லாமல்
சாத்தப்படுகிறது
பிறகெல்லாம் இருள்.
சன்னல் கம்பியைப் பற்றிய
உன் கோல விரல்கள்
தெருவில் நகர்ந்து இருளில் மறைகின்றன.

ஓதுவார் பாடல் காற்றில் அலைய
மீண்டும் வர விரும்பாத
அந்தத் தெருவிலிருந்து நானும்
வெளியேறுகிறேன்.

அறைந்த ஆணி வட்டமென நிலா
அதில் கரிந்த சித்திரமெனத்
தொங்குகிறது
யாருமற்ற தெரு.

# 9

'உன்னை இனி பார்க்க முடியாது என்று ஆகும் நாளில் என்னுடன் நீ இருப்பாயா?"
- அன்டானியோ மச்சடோ

ஒரு ஊரில்
ஒரு நூலகம் இருந்தது.
அந்த நூலகத்தில்
நிறைய நூல்கள் இருந்தன.
அதில் ஒரு நூலில்
இரண்டு கண்கள் இருந்தன.
அந்தக் கண்களுக்குள்
ஒரு முகம் இருந்தது.
கண்கள் உன்னுடையவை,
முகம் என்னுடையது.

எனவே—
ஏழு முனை கடந்து
ஏழு தெரு கடந்து
நான் அங்கு வருகிறேன்.
நீயும் அங்கு வருகிறாய்.

அது ஒரு பொது நூலகம்.
கோடை விடுமுறைக் காலம்.
நான் நடந்து வருகிறேன்.
நீ சைக்கிளில் வருகிறாய்.

சுற்றுச்சுவரின் குறுகிய வாசலில்
யார் முதலில் நுழைவது எனத்
தயங்கி நிற்கிறோம்.
நம் தயக்கத்தின் மீது
மெல்ல உதிர்கிறது
வாசலில் பூத்த காகித மலர்.

நீயே முதலில் நுழைகிறாய்.
தூறலெனப் பெய்கின்றன
பழுத்த இலைகள்.

அடர்ந்த மர நிழலில் சைக்கிள் நிறுத்துகிறாய்.
புது இடத்துக்கு வருகிற
அந்நியப் பாவனைகள் உன்னிடம்.

நூலில் கட்டிய பென்சில் எடுத்து
பழுப்பு நிறக் காகிதங்கள் கொண்ட பதிவேட்டில்
நான் கையெழுத்திடுகிறேன்.
கவிழ்ந்த என் பார்வைப் புலத்தில்
வண்ணத் தேசலாய்ப் பின்வந்து நிற்கிறாய்.
ஏதோ கேட்கத் தயங்கும் பாவனை உன்னிடம்.
நானும் ஏதோ சொல்ல விரும்பி விலகுகிறேன்.
கேட்கவும் சொல்லவும் தயங்கிய
ஏதோ ஒன்று வார்த்தையாகாமல்
சுழலத் துவங்குகிறது நமக்கிடையில்.

நீள மரமேசைகள் சுற்றி
நாற்காலிகள் போடப்பட்ட
நாளிதழ்கள் பகுதி.
நான் வந்து நிற்கிறேன்.
நிழலென நீயும் வந்து
சற்று பின்னால் நிற்கிறாய்
எதிரில் காலியாக இருக்கிறது ஒரு நாற்காலி.
எனினும் இருவரும் நிற்கிறோம்.

நிமிர்ந்த செய்தித் தாள்களில்
முகமற்ற மனிதர்களின் நடுவே
இரண்டு முகங்களுடன் காத்திருக்கிறோம்.
படித்து முடித்த ஆங்கிலத் தினசரியை
ஒருவர் மேசையில் வைக்க
இருவரும் எடுக்க விரும்புகிறோம்.
நினைப்பதற்கும் செய்வதற்குமான

ஒரு நொடிப்பொழுது.
வேறொருவர் எடுத்துவிட
கவிந்த புன்னகையுடன் விலகுகிறோம்.
வார இதழ்ப் பகுதி நோக்கித் திரும்புகிறேன்.

உன் கையிலிருக்கும்
உறுப்பினர் அட்டையை
என்னிடம் காட்டுகிறாய்.
நூல் எடுக்கும் பிரிவு உட்புறம் என்பதாக
நான் சைகை காட்ட
நீட்டிய கையுடன் என்னைப் பார்க்கிறாய்.
உறுப்பினர் அட்டை எனதென
உணரும் தருணம்.
நன்றி எனப் பெற்றுக் கொள்கிறேன்.
தலையசைத்துப் புன்னகைத்து
நீ விலகிச் செல்கிறாய்.

வருகைப் பதிவேட்டில் நான்
கைமறதியாக விட்டிருக்க வேண்டும்.
நம் சந்திப்பின் கணங்கள் மருகுகின்றன.
நீ கடந்துவிட்ட பின்பும்
கதவோரத்தில் மிதக்கிறது
தலைசாய்த்த புன்னகை.

உன்னைப் பார்க்கலாமென
நூல்கள் இருக்கும் பகுதிக்கு வருகிறேன்.
நீண்டு வளர்ந்த புத்தகத் தெருக்கள்
தாழ்ந்து சுழலும் மின்விசிறிகள்.
விட்டத்தில் கூடுகட்டும் குருவி ஒன்று
சன்னலில் அமர்ந்து நூலகம் பார்க்கிறது.
நீ இல்லை.
ஒவ்வொரு புத்தகமாகக் கடந்து வருகிறேன்

வார இதழ்ப் பகுதியில் நிற்பதுபோல் தேடுகிறாய்.
எதையோ பார்வையிடுவதுபோலத்
தேடுகிற நம் பாவனை
ஒரு புள்ளியில் சந்தித்து மீள்கிறது.
விடைபெறுதலின் புன்னகை.

வாசலில்...
கதவருகில்...
வருகைப் பதிவேட்டில் என
நிற்கும் உன் சித்திரங்கள் நிறுத்தி
நீ நடக்கிறாய்.
சைக்கிளுடன் நீ கடந்து செல்லும்
காட்சியின் மீது
உதிர்கின்றன ரோஸ் நிறக் காகிதமலர்கள்.

மறுநாள்...
வீசியெறியப்பட்ட நாளிதழ் போல
என் வாசலில் கிடக்கிறது காலைப்பொழுது.
நூலகம் விரைகிறேன்.
பதிவேட்டில் முதல் ஒப்பம் என்னுடையது.
நூலகர் ஒவ்வொரு சன்னலாகத் திறக்கிறார்
சிட்டுக்குருவிகள் விடுபட்டுப் பறக்க,
அறைக்குள் வழிந்து பெருகுகிறது சூரியன்.
இரண்டு வாக்கியங்களுக்கு இடையிலான வெளிபோல
கட்டிடங்களுக்கிடையில் நீண்டுகிடக்கிறது பாதை.
பொன்னிற ஒளியைத் தலையில் சூடி
நீ வருகிறாய்.
காற்றில் சிலிர்க்கின்றன காகிதமலர்கள்.
சைக்கிள் நிறுத்தி வருகிறாய்.
கையெழுத்திடுகிறாய்.
நீ விரும்பும் ஆங்கில தினசரி உயர்த்தி
முகம் மறைக்கிறேன்.

நாற்காலி நகர்த்தி எதிரில் அமர்கிறாய்.
விரித்த நாளிதழின் உட்புறம் எனது.
வெளிப்புறம் உனது.
கைகளுக்குள் அடக்கிய பறவைபோலத்
துடிக்கிறது இதயம்.
பக்கம் புரட்டுவதுபோல
நம் பார்வைகளுக்கிடையிலிருக்கும்
நாளிதழை இறக்குகிறேன்.
நீ எதிர்பார்க்கவில்லை.
நம் கண்களின் எதிரே நாம்.
எதிர்எதிரே வைக்கப்பட்ட
இரண்டு கண்ணாடிகளின்
பிம்ப அடுக்குகள் போல
உன் கண்ணிலிருக்கிற
என் கண்ணிலிருக்கிற
உன் கண்ணில் நாம் இருக்கிறோம்.
சொடுக்கியதுபோல் ஒரு நொடி.
சுழலத் துவங்கின மின்விசிறிகள்.
கலைந்து பறக்கத் துவங்குகிறது
நம் பார்வைபட்ட நாளிதழ்.
முடிவற்றுப் பெருகும் பிம்பங்களின்
எடைகொள்ளாது இமை கவிழ்கிறாய்.
புன்னகை மலர
இமைத்துப் பிரிந்தோம் அப்போது.

கண்களின் புதிய செய்திகளுடன்
மலர்கின்றன நாளின் இதழ்கள்.
தினமும் புதுப் புத்தகம் போலத் திறக்கின்றன
நூலகத்தின் கதவுகள்.
நீ முதலில் வந்தால்...
பதிவேட்டில் ஒரு கோடுவிட்டுக்
கையெழுத்திடுவாய்.

செழியன்

நான் வந்ததும்
விடுபட்டதில் கையெழுத்திடுவேன்.
தினம் ஒரு புத்தகம்
படிக்காமலே திரும்ப எடுத்து வருவோம்.
பக்கம் இருந்து வாசிக்கப் புரிகிறது
பக்கங்களில்லாத கண்களின் புத்தகம்.
நீ எடுத்து வைத்த புத்தகத்தை
நான் எடுத்துச் செல்கிறேன்.
செல்லமாகக் கோபிக்கிறாய்.

"இதைப் படிக்கிறவன் சரியான முட்டாள்'
என்று உள் எழுதிய வாசகம் காட்டி
சிரிக்கிறாய்.

படிக்கிற நூலினுள் பெயரெழுதுகிற
பழக்கம் உன்னிடமிருக்கிறது.
"சரியான அறுவை" என்று
யாரோ முதல் பக்கத்தில் எழுதி வைத்த
நூலின் 51-வது பக்கத்திலிருக்கிறது
பூக்கோலம் போன்ற உனது பெயர்.
அருகில் என் பெயரெழுதி
நூலகத்தில் ஒளித்து வைக்கிறேன்.

ஒருநாள்...
வண்ணப்படங்களுடன் கூடிய
நிலவியல் புத்தகம் எடுத்து வருகிறாய்.
'அது குறிப்புகளுக்கு மட்டும்'
எடுத்துச் செல்லக் கூடாதென்பதால்
வாடிய முகத்துடன் அடுக்கில் வைக்கிறாய்.
அதே புத்தகம் என் இடுப்பில் ஒளிந்து
உன் சைக்கிளுக்கு வருகிறது.
பயத்துடன் விழிக்கிறாய்.
சமவெளிகளையும் பீடபூமிகளையும்

பனி படர்ந்த மலைத் தொடர்களையும்
உனக்குப் பரிசளித்த பெருமை எனக்கு.

விடுமுறை என்று தெரிந்தும்
வெள்ளிக்கிழமை நூலகம் வருவாய்.
பூட்டிய கதவு பார்த்து
ஏமாறிய பாவனையுடன்...
நாம் பார்த்துத் திரும்புவோம் பிறகு.

பிரிவின் நாட்கள் வருகின்றன.
தையல் வகுப்புகள் துவங்குவதாய்
நான் அறிந்த நாள் முதல்
வெறுமை கொள்கிறது நூலகம்.

வாசலில் நிற்கும் உன் சைக்கிள் பார்த்து
ஆவலுடன் வருகிறேன்.

உன் சாயலுடன் ஒரு சிறுமி
அதை எடுத்துச் செல்கிறாள்.

கடைசியாய் நீ எடுத்துப்போன புத்தகம்
என்னிடமிருக்கிறது
அதைக் கேட்டு வருகின்றன
அபராதக் கடிதங்கள்.
51-ம் பக்கம் பார்க்க
அந்தச் சரியான அறுவைப் புத்தகம்
தேடி நூலகம் வருகிறேன்.
அந்த அடுக்கின் நூல்கள் எல்லாம்
பைண்ட் செய்ய அனுப்பப்பட்டதாக
நூலகர் சொல்கிறார்.
புத்தகத் தெருக்களில்
தனித்திருக்கிறேன்.

மழையெனப் பெய்கின்றன
பழுத்த இலைகள்.
உதிர்ந்த காகிதமலர்
தன் நிழலுக்குத் திரும்புகிறது.

கடைசிப் பக்கங்கள் கிழிக்கப்பட்ட
புத்தகமென மிஞ்சுகிறது
உன் நினைவு.

நான் பரிசளித்த சமவெளிகளுடன்
எங்கிருக்கிறாய் நீ.

# 10

"கறுப்புப் புள்ளிகள் தாங்கிய சிவப்புப் புடவை
வெள்ளை ரவிக்கை.
அதே விந்தைப் புன்முறுவல்.
உன் கண் காண வந்திருக்கிறேன்
போதுமா என்று சொல்லி
விட்டுச் சென்றாள்.
என் முன் நீல வெள்ளை வளையங்கள் மிதந்தன
                                    - நகுலன்

**அ**ந்த முற்றத்தின் அருகில்
நானும் நீயும் இருந்தோம்
நமக்கிடையில்
ஓர் இசைக்கருவி இருந்தது.

மூவரும் மௌனமாக இருந்தோம்.

மேகங்களென நம்மைக் கடந்து சென்றன
ஊதுவத்திப் புகை வளையங்கள்.
பேசிக்கொள்ள வார்த்தைகளில்லை.
எனினும் நாம் பாடிக்கொள்ள இருந்தது
அந்தர காந்தாரம் ஒளிந்த
இசைப் பாடல்.

அது ஓர் இசை வகுப்பு.
எளிய முற்றம் கொண்ட வீடு.
நான் வகுப்பில் சேர வருகிறேன்
குரலும் இசையும் சேர்ந்து பரவிய
வெளியில் நடந்து கதவருகே நிற்கிறேன்.

மடியில் தாங்கி தோளில் சாய்த்த தம்புராவோடு
கண்கள் மூடிய மீரா சிற்பம் போல
நீ பாடிக்கொண்டு இருக்கிறாய்.
உன் விரல் மீட்டலில்
பற்றியெரிகிறது தம்புரா.
ஏழு ஸ்வரங்களை
ஏழு வர்ணங்களாய்ப் பிரியும்
சூரியனாய் மீட்டுகிறாய்.

முற்றத்தில் இளவெயிலின் கிரணங்கள்.
தம்புராவுக்கு வெளியே இருக்கும் தந்திகள்.

வீடு ஒரு இசைக் கருவியாய்த் தெரிகிறது.
உன் பாடலால் அழைத்து வரப்பட்டவன்போல
நான் வாசலில் நிற்கிறேன்.
மூடிய கண்களுக்குள் என்னை
உணர்ந்தவள் போல
நீ விழிக்கிறாய்.

செழியன் | 99

நாம் பார்த்துக் கொண்ட நொடியில்
தம்புரா அதிர்ந்தது.
இமைகள் திறக்கவும் இதழ்கள் மூடுவதுமான தருணம்.
என்னைப் பார்த்த அதிர்வில்
பாதியில் அணைந்த பாடலை
படபடக்கும் உன் இமைகள்
பாட முயல்கின்றன.

தம்புராவைத் தூணில் சாய்க்கிறாய்.
முற்றத்தின் சூரியத் தந்திகளை மீட்டுவதுபோல
ஒளியின் ஊடாக நடந்து செல்கிறாய்.
ஆசிரியையுடன் திரும்பி வருகிறாய்.
நாங்கள் இருவரும் பேச
பின்னிருந்து அலைகின்றன உன் விழிகள்.
விடைபெறும்போது வருகிறேன் என்பதாக
உன்னிடம் தலையசைக்கிறேன்.
அதை எதிர்பாராதவளாகத் தலையசைத்து
தம்புராவைப் பார்க்கிறாய்.

இசை இங்கிருந்து துவங்க
வகுப்பு இன்னொரு நாளில் துவங்குகிறது.

நிலா இல்லாத நாளில் முதல் வகுப்பு.
மாலைப் பொழுது.
ஆசிரியை எதிரில் நீயும் நானும்.
சம்பிரதாயமான அறிமுகப்படலம்.
என் பெயரை உன்னிடம் சொல்கிறேன்.
தலை திரும்பி நிமிர்ந்து இமை தாழ்த்தி
உன் பெயரை உன்னிடமே சொல்கிறாய்.
சப்தங்களில்லாத அந்த அறையில்
இரண்டு பட்டாம் பூச்சிகள் போலப் பறந்த
நம் பெயர்கள் நமக்குள் ஒளிகின்றன.

துவங்குகிறது தம்புராவின் இசை.
கடலின் மீது விழுந்த மழைத் துளியென

காற்றின் மீது உதிர்கிறது ஒரு ஸ்வரம்.
அடிமுதுகிலிருந்து உச்சந்தலை வரை
உணர்வொன்று கடந்து செல்ல
சிலிர்க்கிறது உடல்.

மெல்லிய குரலெடுத்துப்
பாடத்துவங்குகிறாய்.
அறையில் பரவுகிறது திறந்தவெளி மின்சாரம்.
மீட்டும் விரல் தம்புராவில் மிஞ்ச
மெல்லக் கண் மூடி மறைந்தார் ஆசிரியர்.
நீர்வண்ணம் தீட்டிக் குழையும் தூரிகையாக
காற்றில் துவள்கிறது உன் குரல்.
வண்ணங்கள் மிதக்கின்றன.
மடக்கிய கால் முனையில்
விரல் தொட்டுத் தாளமிடுகிறாய்.
மடியைத் தொட்டுத் தருவதைப் போல
(அல்லது கேட்பதைப் போல)
வெற்றுக் கை திருப்புகிறாய்.
தாளத்தில் இணைந்து நானும் அதைப்
பெற்றுக்கொள்வது போல கைநீட்டுகிறேன்.
ஸ ரி க ம ப த நி ஸ்
ஸ் நி த ப ம க ரி ஸ
அழகாய் இருக்கிறது உன் பாவனை.
பாடிக்கொண்டே பக்க விழியில் பார்க்கிறாய்.
நான் பார்த்ததை நீ பார்த்ததும்
நீ பார்த்ததை நான் பார்த்ததும்
நாணமும் குறுநகையும் கலந்து
விலகின விழிகள்.
எல்லாம் இசையில் நடந்தது.

ஆசிரியை வலது கை உயர்த்தி
என்னையும் பாடப் பணிக்கிறார்.
கூச்சம் தவிர்த்து
நாபிக் கமலத்திலிருந்து எழுகிறது குரல்.
ஒட்டாது பிரிந்து உன் குரலை நிழலெனத் தொடர்ந்து

உச்சத்தில் இயைந்து
தம்புராவின் சுருதியுடன்
குரல்கள் ஒன்றென இணையும் தருணம்.
மின்சாரம்
பாடிக்கொண்டே முகம் திரும்பி
என்னைப் பார்க்கிறாய்.
நான் பெருமிதம் த்வனிக்க
உன்னைப் பார்க்கிறேன்.
தம்புரா அதிரும் ஸ்வரங்களின் உச்சத்தில்
சந்தித்துக் கொள்கின்றன நம் பார்வைகள்.
குரல்கள் உடல்திரும்பி அணைகின்றன.
மும்மூர்த்திகளின் சட்டமிட்ட படங்களின்மேலே
ஊதுபத்தியின் புகைக்கோடு நெளிந்து செல்கிறது.
ஸ – ப – ஸ்
ஸ் – ப – ஸ
இன்றைய வகுப்பு நிறைவடைகிறது.

வருகிறேன் என்பதாகத் தலையசைப்பு.
ஆசிரியை அறியாமல் விடை கொடுக்கிறாய்.
மௌனத்தின் சுதியில்
இணைந்து மீள்கின்றன விழிகள்.
உன் பெயருடன் வீடு திரும்புகிறேன்.

மறு நாள்.
நம் சந்திப்பின் இசைப் பாடல்.
ராகம் : மாயா மாளவ கௌள
தாளம் : ஆதி
ஸரளி வரிசையின் பாடங்கள்.
ஸரிகம பா; கம பா; பா;
உடல் கரைந்து குரலென மிஞ்சுகிறாய் நீ.
உடலே காதுகளாகத் தனித்திருக்கிறேன் நான்.
விடுபட்ட பாடங்களை உன் நோட்டைப்
பார்த்து எழுதச் சொல்கிறார் ஆசிரியை.
இசைக் குறிப்புகளோடு மேலிருக்கும்
உன் பெயரையும் சேர்த்து எழுதலாமா
எனக் கண்களால் கேட்கிறேன்.
புன்னகையுடன் உச்சஸ்தாயியில்

மிதக்கிறாய் நீ.
நான் கேட்டது ஸரி... ஸரி... ஸரி... யென
நீ பாடுவதைக் காட்டுகிறேன்.
தாளமிடும் சுட்டுவிரல் ரகசியமாய்
அசைத்து தவறு என்கிறாய்.
கண்களின் கமகம் அப்போது.

ஸ்வரங்களால் நிரம்புகிறது பயிற்சி ஏடு.
சப்த அலங்காரம் பாடுகிறோம்.
அதன் இடையிலான மௌனத்தில்
பார்த்துக் கொள்கிறோம்.
கண்கட்டித் தேடும் விளையாட்டுப்போல
கண் மூடி ஸ்வரஸ்தானம் தேடுகிறோம்.
எட்ட விலகி இருந்தாலும்
தொட்டுக் கொள்கின்றன நம் குரல்கள்.
தாள அட்சரம் நான் கணக்கிட
நீ பாடுகிறாய்.
நீ தம்புரா மீட்ட நான் பாடுகிறேன்.
காலை மாலையுடன்
கனவென மெல்லக் கழிந்தன தினங்கள்.

அது ஒரு மாலை வகுப்பு.
நான்கு நாள் விடுமுறைக்குப் பிறகு
வருகிறோம்.
ஊதுபத்தியின் தீய்ந்த வாசனை.
அமைதியாய் இருந்தது வீடு.
மூலையில் உடல் நொய்ந்து
நோய்ப் படுக்கையில் இருந்த
ஆசிரியை அருகில் நாம் அமர்கிறோம்.
மின்சாரம் இல்லாததால் நீ
மெழுகேற்றுகிறாய்.
தொலைவில் இடிபடும் கட்டட ஓசையில்
தானாக அதிர்கிறது தம்புரா.
நம்மைப் பாடச் சொல்லிக் கேட்கிறார்

ஆசிரியை.
கா ரிக ரிஸரி ஸரி ஸக ரிக ஸரி
எனத் துவங்கும்
நின்னுகோரி வர்ணத்தின் முக்தாயிஸ்வரம்.
நான் தலைகுனிய நீ பாடத்
துவங்குகிறாய்.
நலுங்குகிறது மெழுகுச் சுடர்.
இடையில் குரலுடைந்து
தம்புராவின் அறுந்த தந்தியென
வழிகிறது கண்ணீர்.
மௌனம் கவிகிறது.
பாடும் பெண்ணின் மௌனம் கொடிது.

அது நம் கடைசி வகுப்பு.
மஞ்சள் சுடரில் நடுங்கிக்கொண்டு இருந்தது வீடு.
பாடல்கள் நம்மைக் கைவிட்டன
எனினும் பேசிக்கொள்ள
ஏதோ இருந்தது.
அடர்ந்த மௌனமென
சுடரின் கரும்புகை சுவரில் படிகிறது.
ஆசி பெற்றுப் பிரிகிறோம்.
பாடாத வர்ணத்தின் ஸ்வரங்களோடு
இருளில் இறங்கி மறைகிறோம்.

பிறகு நாம் பார்த்துக்கொள்ளவே இல்லை

தற்செயலாய்
எப்போதாவது கேட்கும் திரைப் பாடலில்
பற்றிக்கொள்கிறது உன் ஞாபகம்.
குரல் தொட்டுக்கொள்ள
காற்றில் நாம் வரைந்த வர்ணங்கள்
மீள்கின்றன அப்போது.

அன்புமிகப் பிரிந்த உறவை
ரகசியமாய் நினைவுகொள்ள
உன்னிடமும் ஒரு பாடல் இருக்கிறதா?
என்னிடம் இருப்பதைப் போல.

# 11

"முள்ளுகளுக்குள்ளே லீலி புஷ்பம் எப்படியிருக்கிறதோ, அப்படியே குமாரத்திகளுக்குள்ளே எனக்குப் பிரியமானவளும் இருக்கிறாள்."
- சாலொமோனின் உன்னதப் பாட்டு

**கா**லியான அந்த அறையில்
நீள நாற்காலிகள் இருந்தன.
அன்றைய தேதி எழுதப்பட்ட
கரும்பலகை இருந்தது.
கூரைபோல் கவிந்த வெளிச்சத்தின்
மஞ்சள் குடையினுள்
நீயும் நானும் இருந்தோம்.
நம் முன் மூடிய புத்தகங்கள் இருந்தன.

சுவரில் டஸ்டர் தட்டும் ஒலி.
நாம் பார்த்துக் கொண்டோம்.
அழிந்த சமன்பாடுகள்
நம்மைக் கடந்து சென்றன
சுண்ணாம்புத் துகள்களாக.

அது ஒரு ட்யூஷன் வகுப்பு.
விடிந்தும் விடியாத வைகறைப் பொழுதில்
நாம் சந்தித்துக் கொள்கிறோம்.
கணிதம் பழகும் தனி வகுப்பில்
கண்கள் பழகினோம்.

முதல் நாள்.
தனி வகுப்பு நடக்கும் வீடு நோக்கி
சைக்கிள்கள் வரத் துவங்குகின்றன.
சாம்பல் நிறப் பொழுதிலிருந்து நீ
வருகிறாய்.
குறுகலான வாசலில்
சைக்கிள் நிறுத்துமிடம் தெரியாது
தயங்கி நிற்கிறாய்.
அலையும் உன் விழிகள்
என்னைப் பார்த்ததும் திரிகின்றன.
என் சைக்கிள் ஒதுக்கி இடம் தருகிறேன்.
பாவனைகளற்று உன் சைக்கிள்
நிறுத்துகிறாய்
முன் சக்கரம் மெல்ல வளைந்து

தொட்டுக்கொள்ள முயல்கின்றன கைப்பிடிகள்.
உன் சைக்கிளின் நாணம் உணர்ந்து
சற்று விலக்கி வைக்கிறேன்.

சாமரம் போல்
உயர்ந்து தணிந்தன உன் இமைகள்.
கேரியரில் வைத்த உன் நோட்டுகள் எடுத்துப் பின் வருகிறாய்.
மாடிப்படிகளின் கீழே
அவிழ்ந்த காலணிகள்.
வயலட் நிறப் பூக்கள் மலரும்
உன் காலணி விடுக்கிறாய்.
கழற்றி வைத்த சுவடுகள் போல
அருகருகே நம் காலணிகள்.

படிகள் ஏறி வருகிறாய்.
நிரம்பிய வகுப்பறை.
அமர்கிறோம்.
நீள மர இருக்கையின் ஓரம் உனக்கு.
மாணவர் பிரிவின் ஓரம் எனக்கு.
ஆசிரியர் நடந்து செல்லும் இடைவெளியில்
அருகருகே இருக்கிறோம் நாம்.
பக்க விழியில் பார்க்கிறேன்.
திறந்த நோட்டின் முதல் பக்கத்தில்
புரள்கிறது உன் பெயர்.
தேவதைகளின் சாயலுடைய
கிறிஸ்தவப் பெயர்.
பெயர் திரும்பிய தாளிலிருந்து நிமிர்ந்து
உன்னைப் பார்க்கிறேன்.
கண்கள் மூடி
பரமண்டலத்தில் இருக்கும்
பிதாவின் ஆசியை வேண்டுகிறாய்.
நீ விழித்துத் திரும்ப
நம் கண்கள் சந்திக்கின்றன.
பார்க்கும் என் விழிகளை

உன் இமையால் மூடுவது போல
இமை கவிழ்த்திக் குனிகிறாய்.

திறந்த பேனாவால்
முதல் பக்கத்தின் மேலே
சிலுவை வரைகிறாய்.
நானும் நீ பார்ப்பது மாதிரி
என் முதல் தாளில் சிலுவை வரைகிறேன்.
தொனிக்கும் ஆச்சரியம் மறைத்து
பார்க்காதது போல என்னைப் பார்க்கிறாய்.
நான் ஆசிரியரைப் பார்க்க
கரும்பலகையில் அவரும்
சிலுவை வரைகிறார்.

வகுப்பில் எல்லோரும் சிலுவை வரைவதை
கண்களால் சுட்டி
உன்னைப் பார்க்கிறேன்.
ஒரு நொடி உன்னால் நம்ப முடியவில்லை.
கூட்டல் குறியே சிலுவைக் குறியாய்த்
தெரிந்தது உணர்ந்ததும்
நாவை இதழின் கீழ் ஒளித்துப்
புன்னகைக்கிறாய்.
$(A+B)C = AC + BC$
கரும்பலகையில் துவங்குகிறது
இயற் கணிதம்.
கருவிழிகளில் மனக் கணிதம்.

வகுப்பு முடிகையில்
வைகறைப் பொழுதும் விடியற்காலையுமாய்
முதலாம் நாள் ஆயிற்று.

கிழக்கில் ஒளிர்கிறது சூரியன்.
அதை நான் மேற்கு என்று
நினைத்துக் கொள்கிறேன்.

(x,y,z)
sin²θ + cos
1 - cos²θ =
tan²θ + sec²
sin²θ
1 - sec
2sinθ

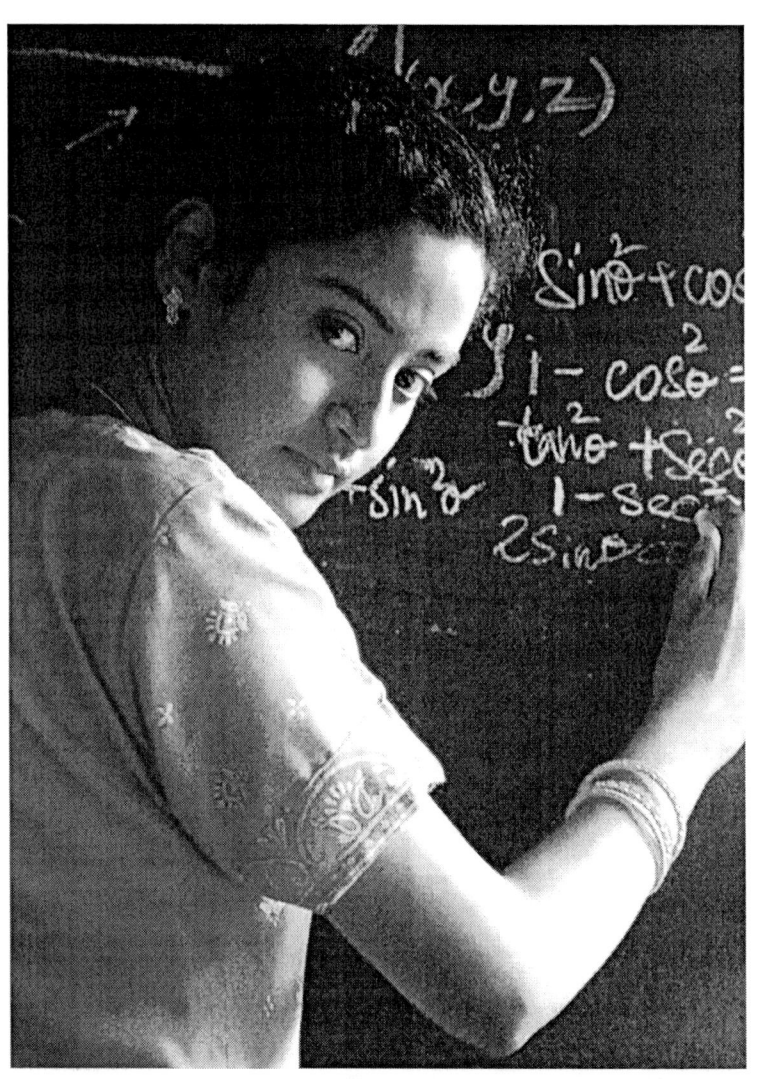

மறு நாள்.
பனிப் புகையிலிருந்து புலப்படுவது போல
சாம்பல் நிறத்திலிருந்து வருகின்றன சைக்கிள்கள்.
நான் நிற்பது அறிந்ததும்
தலை குனிகிறாய்.
தேவன், சூரியனைச் சிருஷ்டிக்காத
இரண்டாம் நாளின்
ஆகாய விரிவிலிருந்து வருவதைப் போல
உன் தேவதைப் பெயருடன் வருகிறாய்.

தொட்டுக் கொள்ளாமல் நிற்கின்றன
நம் சைக்கிள்கள்.
அருகருகே நாம் கழற்றிய சுவடுகள்.
அதே இடைவெளியில்
நம் இருக்கைகள்.
நோட்டின் கடைசிப் பக்கத்தில்
"காலை வணக்கம் என்றெழுதி
யாரும் அறியாமல் காட்டுகிறேன்.
புன்னகை மிளிரப் பார்க்கிறாய்.
கிழிசல் இணைக்க
நூல் கோத்துத் திரும்பும் ஊசியென
என் கண்களில் நுழைந்து வெளியேறி
நம் இடைவெளியை
உன் பார்வையால் தைக்கிறாய்.

நடத்திய தேற்றத்தில்
ஆசிரியர் சந்தேகங்கள் கேட்கிறார்.
என் முறை வர
விடை தெரியாது எழுந்து நிற்கிறேன்.
தற்செயலாய் நீ உன் ஏடுகள் திருப்ப
அதிலிருந்த விடையைச் சொல்லி அமர்கிறேன்.
என் சாமர்த்தியம் புரிந்து
ஆச்சர்யமாய்ப் பார்க்கிறாய்.
பார்வையால் திருடுதல்
நீ கற்றுத்தந்தது என்பது போல்

உன்னைப் பார்க்கிறேன்.
ஓரிடத்தில் அமிழ்ந்து
வேறிடத்தில் எழுகிற நீர்ப் பறவை போல
ஒரு புன்னகை உன்னில் அமிழ்ந்து
என்னில் மலர்கிறது.

'0' என்ற ஆதிப்புள்ளியிலிருந்து
அம்புக் குறியுடன் துவங்கும்
வெக்டர் கோடுகள் பற்றிய பாடம்.
கண்களின் வழியே நீளும்
கற்பனைக் கோடுகளின் கணிதம் நமக்கு.

நாளொரு தேற்றம்
பொழுதொரு சமன்பாடு
வளர்கிறது நம் கணிதம்.
அன்று மாதிரித் தேர்வு.
இடம்விட்டு அமர்த்தி
பார்த்து எழுதாதீர்கள் என்கிறார் ஆசிரியர்.
தொலைவிலிருந்தும்
ஒருவரையொருவர் பார்த்து
எழுதுகிறோம் நாம்.

சன்னலில் கொசுவத்தி புகைய
சில நாட்களில் இரவு வகுப்பு.
சிறகின் இசையுடன் என் காதோரம்
வருகிறது கொசு.
தணிந்து என் கையில் அமர்கிறது.
விரட்டுகிறேன்.
பரவளையம் போல உயர்ந்து இறங்கி
உன் கையில் அமர்கிறது.
அனிச்சையாய் நீயும் உதறுகிறாய்.
நாம் பார்த்துக் கொள்கிறோம்.
நம்மைத் தொட்டதும்
சாபல்யம் அடைந்தது போல
இருளில் மறைந்த கொசு

மின்மினியாய்த் திரும்பிவருகிறது.
நாம் புன்னகைத்துக் கொள்கிறோம்.

சரணாலயத்துக்கு வரும் பறவைகள் போல
நாட்கள் நம் வகுப்பறைக்கு வருகின்றன.
ஆனபடியால் நாமும் வருகிறோம்.
கண்ணோக்கமாய் இருக்கிறோம்.
முகமுகமாய்ப் பார்த்துக் கொள்கிறோம்.
நம் பாடத் திட்டங்கள் முடிந்து
திருப்புதல் பயிற்சி துவங்குகிறது.
சமன்பாடுகளை நிரூபணம் செய்ய
ஆசிரியர் அழைக்கிறார்.
மாணவிகளிலிருந்து நீ எழுந்து செல்கிறாய்.
தேர்ந்த ஆசிரியை போல் கரும்பலகையில் எழுதுகிறாய்.
அனைவரும் இருந்தபோதும்
அந்த வகுப்பில் நாம் மட்டும் இருந்தோம்.
கூட்டல் குறி எழுதும்போது
என்னைப் பார்க்கிறாய்.
அன்று கணிதத்தில் அவிழ்ந்த புதிர்கள்
நம் கண்களில் மீதமிருந்தன.
தேர்வுக் காலம் துவங்க
நிறைவுக்கு வருகிறது தனி வகுப்பு.
அன்பைச் சொல்லும் வழி கடிதம்
என்கிறான் நண்பன்.
யோவான் எழுதிய மூன்றாம் நிருபம் போல
"மையினாலும் இறகினாலும்
எழுத எனக்கு மனதில்லை."
யாரும் அறியாமல்
சிறிய மரச் சிலுவை வாங்குகிறேன்.

பிரிவின் செய்தியுடன் கடைசி நாள் வந்தது.
ஏதுமற்ற வாசலில்
நமது சைக்கிள்கள் தனித்தனியே நின்றன.
துக்க வீட்டில் கழற்றியது போல
ஒதுங்கியிருந்தன நம் காலணிகள்.

அதே கரும்பலகை.
யாருமற்ற மர இருக்கைகள்.
மாணவர்கள்,
தேர்வுக்கான வாழ்த்துச் சொல்லிக் கலைய
நாம் மட்டும் மிஞ்சினோம்.
இருட்டிலிருந்து ஆசிரியர் வந்தார்.
நிலை வெக்டர் பாடத்தில்
உட்புறமாகவும் வெளிப்புறமாகவும் பிரிக்கிற
பிரிவுச் சமன்பாடு முக்கியம் என்றார்.

வேறு சில தேற்றங்கள்
எழுதிக் காட்டினார்.
எழுதியது அழித்து
டஸ்டரை சுவரில் தட்டினார்.
வாழ்த்துச் சொல்ல
நாம் பார்த்துக் கொண்டோம்.
நமக்கிடையில் கடந்து சென்றன
சுண்ணாம்புத் துகள்கள்.

மாடிப்படிகளில் இறங்கி
காலணிகள் அணியும் தருணம்.
பரிசுப்பொருளைக் கையில் எடுத்து
ஒரு நிமிஷம்: என்கிறேன்.
எண்கள் அழிந்த கரும்பலகையில்
தனித்து மிஞ்சும் கூட்டல் குறி போல
இருளில் நமக்கிடையே இருந்தது
மரச் சிலுவை.

ஆசிரியர் படியிறங்கும் சப்தம்.
இமை கவிழ்ந்து ஏதும் நடக்காதது போல
இருந்தோம்.
பெருகும் காலப் பிரளயத்தில்
'ஒரு நிமிஷம்' நமக்கென இல்லாது
பிரிந்தோம்.

*பிரமாண்டமான கரும்பலகையென இரவு.*
*மனக் கணிதத்தில்*
*அழிந்த சமன்பாடுகளின்*
*சுண்ணாம்புத் துகளென*
*உதிர்ந்தது ஒரு நட்சத்திரம்.*
*இணைக்க முடியாத கூட்டல் குறியென*
*மிஞ்சுகிறது மரச் சிலுவை.*
*கொடுக்கப்படாத பரிசுப்பொருட்கள்*
*சோகம் பொதிந்தவை.*

'தேடுங்கள் கண்டடைவீர்கள்'
என்கிறது ஆகமம்.
நமது நாட்களை எங்கு தேட?

நிதமும் உயிர்த்தெழுதலோடு
என்றைக்குமாக இந்நினைவுகள்
நம்மோடுகூட இருப்பதாகுக.

ஆமென்!

# 12

ஏதிலார் போலப் பொதுநோக்கு நோக்குதல்
காதலார் கண்ணே யுள.

— திருவள்ளுவர்

**காற்றின்** பெருவெளியில்
ஒரு மணியோசை,
விசிறிய தானியம் போலச்
சிதறிய புறாக்கள்
மேகத்தில் மறைகின்றன.

நீ வானம் பார்த்துக் குனிகிறாய்.

சிறிய இறகு ஒன்று
மெல்ல மிதந்து வந்து
உன் தோளில் படிகிறது
அதைப் பார்க்கத் திரும்புகிறாய்.
நான் நிற்கிறேன்.

புன்னகையுடன் ஒருவரையொருவர்
பார்த்துத் தலை குனிகிறோம்.
மூடிய இமையென
 தோளிலிருந்து காற்றில் நழுவி
அசைந்து அசைந்து
தரை திரும்புகிறது இறகு.

அது ஒரு புராதன ஆலயம்.
நீ பிரார்த்தனையுடன் வருகிறாய்
எனக்குப் பிரார்த்தனைகளில்லை
எனினும் வருகிறேன்.
தெய்வ சந்நிதியில் தினமும்
நிகழ்கிறது நம் சந்திப்பு.

கவிழ்த்த சந்தனம் போல
கொட்டிக்கிடந்தது மாலை வெயில்.
தூசி மிதக்கும் சாய்ந்த ஒளித் தூண்கள்.
சரிந்து வீழ்ந்த கரிய நிழல் தூண்கள்
சிற்பம் புடைத்த கற்றூண்கள்
நிரம்பிய ஆயிரங்கால் மண்டபம்.

செழியன் | 121

ஊரிலிருந்து வந்த உறவினர்கள்
தரிசனத்துக்காக உள்ளிருக்க
நான் சிற்பம் பார்த்து
வெளியில் நிற்கிறேன்.
வாய் பிளந்த யாழிகள்.
கல் மரமென முளைத்த தூணில்
காய்த்த வாழைக் குலைகள்.
பார்த்துக் குனிகிறேன்.
கற்பாளங்கள் பாவிய தரையில் ஒரு நிழல்
மேகமென ஊர்ந்து முன் வருகிறது.
நிழல் தொடர்ந்து நிமிர்கிறேன்.
நீ
நீர் சொட்டக் குளித்து வருவது போல
கூந்தலில் வெளிச்சம் வழிய நிற்கிறாய்.
மஞ்சள் நீரென உன் தலையில் வழிந்து
தரையில் பெருகுகிறது சூரியன்.

நூற்றாண்டுகளுக்கு முந்திய கல் மண்டபத்தின்
இந்நொடியில் நாம் மட்டும் இருந்தோம்.
கண் மலர்த்தி ஒரு பார்வை.
நைவேத்தியம் செய்கையில்
அர்ச்சகர் சற்றே திறந்து மூடும் பாத்திரமென
பார்த்துத் திரிகின்றன
உன் இமைகள்.
பிறகு நீள நிழல் முன் வர
நீ தயங்கிப் பின் வருகிறாய்
பொதுவானது போல
நம் இருவருக்கும்
ஒரே நிழல் இப்போது.

தலை குனிந்து வருகிறாய்.
என்னைத் தொடுமுன் வளைகிறது நிழல்
நுழைவாயிலின் வெயிலிலிருந்து
உள் வந்ததும்
கல்தூணில் மறைகிறது உன் நிழல்.
காலணி விடுத்து வருவதைப் போல

நிழல்விட்டு நீ மட்டும்
கோயிலின் உள்ளே
பிரவேசிக்கிறாய்.
நானும் பின் வருகிறேன்.

வெள்ளி நிறக் கம்பிகள்
இருபுறமும் தடுத்த சந்நிதானம்.
வரிசையாக எல்லோரும் நின்று வணங்க
நீ பெண்கள் பகுதியில்.
உன் நேர் எதிரில்
நான் ஆண்கள் பகுதியில்.
உபயம் எழுதிய குழல் விளக்குகள்
சுவர்க் கடிகாரங்கள் பார்த்துத் திரும்புவதைப் போல
நீ என்னைப் பார்க்கிறாய்.
அலைந்த உன் விழிகள்
நான் பார்த்ததும் இமைகள்.

அர்ச்சகர் தீபம் எடுத்து வர
தொட்டு வணங்கும் கூட்டம் கடந்து
நம் முறை வருகிறது.
தொடுவதற்காக கை நீட்டுகிறோம்.
தீக்குள் விரலை வைத்தால்
தீண்டும் இன்பம்.
நம் கைகளுக்கிடையில் வளரும்
நெருப்பின் பூவிதழ்கள்.
இரு கண்களிலும் எரிகிறது தீபம்.
பார்வையின் வெப்பம் கைகளில் தகிக்க
இமைகள் போதாதென
கைகளால் கண் மூடினோம்.
இது தொட்டு வணங்கும் பாவனை.

கவிழ்ந்து நிமிரும் விழிகளில்
புன்னகை மிளிர கூட்டத்தில் நிற்கிறாய்.
உறவினர்கள் பார்த்துப் பேசித்
திரும்புகிறேன்.

நீ இல்லை.
தேடும் இடமெல்லாம்
உன் சிற்பங்கள்.
மெல்ல நகர்ந்து யாரும் அறியாமல்
தேடித் திரும்புகையில்
என் தேடலின் முற்றுப்புள்ளியென
உன் விழிகள்.
அறிந்ததன் பார்வை.
துவங்குகிறது சந்தியாகால பூஜையின்
நாயன இசை.

காணிக்கையிடும் உண்டியல் அருகே நிற்கிறாய்.
கண்களின் வழியே நாம் நிரம்ப
நழுவி விழுகிறது நாணயம்.
இன்றைய நாளின் சேமிப்பென
நான்கு பார்வைகள்.
இரண்டு புன்னகைகள்.
திரும்பி நடக்கிறாய்.

குங்குமக் கரைசலாய்
தேங்கிக் கிடக்கிறது
அந்தி வெயில்.
உன்னைக் கண்டதும்
தூணில் மறைந்த நிழல் வெளிவர
அழைத்து நடக்கிறாய்.
தோளில் அணிந்த துகில்
தரை புரள நடக்கும் ராஜகுமாரி போல
உன் நிழலுடன் நீ நடந்து
செல்கிறாய்.

அசோக மரங்களின் பின்னால்
குங்குமத் திலகமாய் நழுவும் சூரியன்
நாயன இசையுடன்
கோயிலின் வாயிலில்
கருந்திரையென மெல்ல அவிழ்ந்தது இருள்.

மறுநாள்.
விழிச்சுடர்களுடன்
இருளிலிருந்து வருகிறாய்.
மெர்க்குரி விளக்குகளின் வெளிச்சத்தில். .
மண்டபம்,
இருளில் வரைந்த
தட்டையான ஓவியம்போல இருக்கிறது.
யாருக்காகவோ காத்திருப்பது போல்
நான் நிற்கிறேன்.
யாரையோ பார்க்க வருவது போல்
நீ வருகிறாய்.
எனினும் நம் கண்கள் அறியும் சூக்குமம்.
ஒரு பார்வை.
பார்த்த விழியை இமை அணைத்துப்
பாந்தமாய் எடுத்துச் செல்கிறாய்.

நறுமலர் வாசனை கொண்ட சந்நிதானம்
கூட்டத்தில் எதிரெதிரே நிற்கிறோம்.
பிரார்த்தனைக்கென மூடிய
இமைகளின் நடுவே
நம் விழிகள் திறந்திருக்கின்றன.
அம்பாள் உள்ளிருப்பதாக கண்களால் காட்டுகிறாய்
நான் உன்னைப் பார்க்க
நீ மூடிய இமைகளால் என்னைப் பார்க்கிறாய்.
அர்ச்சகர் குங்குமம் தர
வணங்கிய கை பிரித்து வாங்குகிறாய்.
கண்ணாடி முன் செல்கிறாய்.
தூணில் சாய்த்துக்கட்டிய
கண்ணாடியிடம் வருகிறேன்.
எதிரெதிரே முதுகு காட்டி நிற்கிறோம்
எனினும் கண்ணாடி
விரிந்த சதுர விழியாக மாறுகிறது.
நீ நகர்ந்ததும் என் முகம்.
நான் சற்று விலகினால் உன் முகம்

கண்ணாடிக்குள் புன்னகைத்துவிட்டு
நேரில் ஏதும் அறியாதவள் போல நடக்கிறாய்.
சுற்றுப் பிரகாரம்.
நிலா வெளிச்சம்.
மடப்பள்ளியை ஒட்டி வளையும்போது
தலைசாய்த்துப் புன்னகைக்கிறாய்.
அந்த இடத்தை நான்
நினைவுகொள்ள
உன் கூந்தலிலிருந்து உதிர்கிறது
ஒரு கனகாம்பரம்.
பூஜையின் நாயன இசை
பெருகுகிறது.

இவ்விதமாக...
கோயிலுக்கு வருகின்றன முன்னிரவுகள்
வெயில் படர்ந்த மாலைப் பொழுதுகள்.
புறாக்கள் சடசடத்துப் பறக்க
கோபுரத்தைக் கடந்து செல்கின்றன.
நாம் பார்த்த மேகங்கள்.

அது ஒரு தீப நாள்.
மண் விளக்கில் திரியிட்டு
பிரகாரத்தில் நிற்கிறாய்.
நான் அருகில் வருகிறேன்.
போ என்பதை நாணத்துடன் சொல்கின்றன
உன் விழியும், அசையும் சுடரும்.
நான் விலக
வீசும் காற்றில் மஞ்சள் விழி
அணையாதிருக்க
குவித்த கைகளால்
இமை செய்கிறாய்
இருளும் ஒளியுமாய் நிகழ்ந்தது
நம் கணம்.

யாருமற்றிருந்த இன்னொரு நாள்.
பூஜைக் கூடையுடன் வருகிறாய்.

நானும் அர்ச்சனைத் தட்டு வாங்குகிறேன்.
சந்நிதியில் இருவர் மட்டும்
எதிரெதிரே நிற்கிறோம்.
அர்ச்சகர் பூஜை செய்ய
என் நட்சத்திரம் கேட்கிறார்.
தெரியாமல் நான் விழிக்க
நீ புன்னகைக்கிறாய்.
பிறகு உன்னைப் பார்த்து
என் பெயர் சொல்கிறேன்.
நட்சத்திரம் தெரிந்தும் நீ
என்னைப் பார்த்து
உன் பெயர் சொல்கிறாய்.

மாலைகளுடன் திரும்பி
வருகின்றன
நம் அர்ச்சனைத் தட்டுகள்.
யாருமற்ற பிரகாரத்தில்
நாம் மட்டும் நடக்கிறோம்.
துர்க்கை சந்நிதியில்
நீ கண் மூடிப் பிரார்த்திக்க
உன் அர்ச்சனைத் தட்டை
நான் மாற்றி எடுத்துக் கொள்கிறேன்.
தெரிந்ததும் நாணமும் கோபமும்
மிளிரப் பார்க்கிறாய்.
மாலை மாற்றிக் கொள்வதாக
கற்பனை நமக்கு.

அன்று வெகுநேரம் கோயிலில் இருந்து
பிரிகிறோம்.
விளக்குகள் அணைய இருளில்
மறைகிறது கோபுரம்.

கடைசியாக அந்தத் திருவிழா நாளில்
நாம் பார்த்துக் கொண்டோம்.
நதியெனப் பெருகி வரும்

மனிதத் தலைகளின் நடுவே
நீ நிற்கிறாய்.
படிப்புக்கென நகரம் செல்வதைச்
சொல்ல இயலாது நானும் நிற்கிறேன்.
ஒலிபெருக்கிப் பாடல்கள்.
சிதறும் வானவெடிகள்.
ஒற்றை விளக்கைக்
குடையெனப் பிடித்து
இருளில் நிற்கிறது கோபுரம்.
நூலறுந்த பலூன்கள்
வானில் பறக்கின்றன.
குழந்தையின் அழுகுரலோடு
தொலைந்தவர்கள் பற்றிய அறிவிப்பு.
அதில் நம் பெயர்கள் இல்லை.

பிரிவது தெரியாமல் புன்னகைத்து
சந்திக்கலாம் என்று விடை கொடுக்கிறாய்
பிறகு நாம் சந்திக்கவேயில்லை.
கடக்கும் மனித முகங்களில்
கலந்து மறைகிறது உன் முகம்.
ஊரின் கொண்டாட்டத்தில்
சோகம் கொண்டு விடை பெறுகிறேன்.

பூஜையின் நாயன இசை
அழுகுரலென ஒலிக்க
பிரகாரத்தின் கல் மாடத்தில்
எண்ணெய்க் களிம்பும்
புகைக் கரியும் சூழ,
பரந்த இருளின் முன்
தனிமைகொண்டு
எப்போதும் நடுங்கிக்கொண்டு
இருக்கக்கூடும்
அந்த மண் விளக்குச் சுடர்
நம் நினைவாக!

# 13

"அவளின் பின்னால்
காற்றும் நிலமும்...
குழந்தைகளைப் போலத் தொடர்ந்து செல்கின்றன!"
- சேரன்

வெற்றுக் காகிதத்தின் முன்
சொல்லுக்காகக் காத்திருக்கும்
கவிஞனைப் போல...
அந்த மைதானத்தின் முன் உனக்காகக் காத்திருக்கிறேன்.

நீண்ட மண்பாதை.
இலை உதிர்ந்த வாகை மரங்கள்.
கூடு திரும்பும் பறவையென
மரங்களில் அடைந்துகொண்டு இருந்தது இருள்.
உனக்கு மட்டும் கேட்கும் கொலுசொலி
எனக்கும் கேட்க நீ வருகிறாய்,
தூக்கத்தில் நடந்து வருவதைப் போல
கவிழ்ந்த இமைகளுடன்!

என்னருகில் விழிக்கிறாய்.
முகம் தெரியும் இருளில்
பார்த்துக் கொள்கிறோம்.

திறந்த நம் விழிகளை
இமையென மூடும் இருள்.
கனவுடன் பிரிந்து
எதிரெதிர் திசையில் நடக்கிறோம்.

யாரும் அறியாத இரவில்
நாம் சந்தித்த இடத்திலிருந்து
இணையாகத் தொடர்கின்றன
நம் சுவடுகள்.

கல்லூரி முதல் வருடம்.
நாட்டு நலப்பணித் திட்டத்துக்காக
ஒரு சிற்றூரில் பயிற்சி முகாம்.
சாலைகள் சீரமைக்கவும்...
நீர்க்குளத்தை சுத்தம் செய்யவும்...
அந்த ஊருக்கு வரும் குழுவில்
நான் இருக்கிறேன்.

கற்படிகளால் ஆன குளம்.
பாழடைந்த கோயில்.
உயர்ந்த மாடங்கள் கொண்ட
தொன்மையான தெருக்கள்.
இரவெல்லாம் மயில்கள் அகவும்
அந்த ஊர் உன்னுடையது.

எரியும் வெயிலில்
குடிநீர்க் குளத்தின் ஓரமிருந்த
எருக்கஞ் செடிகள், முட்புதர்கள் ஒழித்து
ஓய்ந்த மாலைப் பொழுது.
சக மாணவர்கள் ஊர் சுற்றக் கிளம்ப
குளக்கரையில் தனித்திருக்கிறேன்.

வாழ்த்தட்டை ஓவியம் போல
அந்திவெயிலில் போயின
மாட்டு வண்டிகள்.
ஆல மர நிறுத்தத்திலிருந்து கிளம்பும்
நகரப் பேருந்து
புழுதி கிளப்பிச் செல்கிறது.
சூரிய ஒளியில் மைதானத்தில் நகர்ந்தன
செம்மண் மேகங்கள்.

பானைகளில் நீரெடுத்துத் திரும்பும்
பெண்கள் மறையும்
நிலக் காட்சியிலிருந்து
நீ வெண்கலக் குடத்துடன் வருகிறாய்.
உதிர்ந்த சருகுகள் உன்னுடன்
கூடவே வருகின்றன.

நான் எதிர்க் கரையிலிருந்து வருகிறேன்.
ஒவ்வொரு படியாக இறங்குகிறாய்.
ஒரு நிலையில் அந்திச் சூரியன்
உனது ஒளிவட்டம் போல
மிளிர்ந்து மறைகிறது.

நீரில் எனது உருவமும்
கரையில் நானுமாக
உன்னைப் பார்க்க வருகிறோம்.
மேகங்கள் மிதக்கும் குளத்தில்
நீ கால் வைக்கிறாய்.
கொலுசெனப் பெருகின
நீர் வளையங்கள்.
உன் உருவம் வீழ்ந்ததும்
மேகங்கள் கலைந்து
அதிர்வு கொள்ளாது
திசையெங்கும் விரைந்தன சிற்றலைகள்.
உன் குடத்தில் நிரம்புகிறது வானம்.
நெளிந்து வளரும் உன் உருவத்துடன்...
நீ அனுப்பிய அலைகள் தொட்டு
கலங்குகிறது என் உருவம்.
நாம் பார்த்துக் கொண்ட அப்பொழுதில்
நெளிந்தன நம் உருவங்கள்.

படிகளில் ஏறுகிறேன்.
நீயும் காலெடுத்துப் படியில் வைக்கிறாய்.
உதிர்ந்த கொலுசின் மணியென
ஒரு நுரை.

குனிந்து ஒவ்வொரு படியாக
குடம் தூக்கி வைத்து
மேல் படியில் நிற்கிறாய்.
சுற்றிலும் பார்க்கிறாய்.
தூரத்தில் சைக்கிளில் போகும்
ஓரிருவர் தவிர
நாம் மட்டும் இருந்தோம்.

ஒருவரையொருவர் பார்த்துக் குனிய
உன் படித்துறை கடந்து நடக்கிறேன்.
தூரத்திலிருக்கும் டுரிங் டாக்கீஸின்
மாலைக் காட்சிக்கான திரைப்பாடல்
காற்றில் அருகில் வந்து
தொலைவு கொள்கிறது.

திரும்பிப் பார்க்கிறேன்.
நான் பார்த்ததும்
பார்வை விலக்குகிறாய்.
உன் காத்திருப்பின் குறிப்பறிந்து
நலப்பணி மாணவனாக
உன் அருகில் வருகிறேன்.

நமக்கிடையில் நீர் நீரம்பிய குடம்.
தொட்டுத் தூக்கக் குனிகிறேன்.
நீரம்பிய நீர் வட்டத்தில் என் முகம்.
குடத்தின் எதிர்ப்பக்கம் நீ தொடுகிறாய்.
மெல்லிய அலைகள்
முகத்தில் படர்கின்றன.

இருவரும் தூக்கிய குடத்தை
குழந்தை போல் ஏந்திக் கொள்கிறாய்.
குனிந்த தலை நிமிராமல்
நன்றி என்கிறாய்.
காற்று இருவருக்காகவும்
வீசியது அப்போது.

முன் நடந்து பக்கமாகத் திரும்புகிறாய்.
குடத்தின் விளிம்புக்கு மேல்
இரண்டு விழிகள்.
பார்க்க மறந்ததை முழுதாகப்
பார்ப்பது போல...
திரும்பி நடக்கிறாய்.
நிறை குடத்தில் என் முகம்
எடுத்துச் செல்கிறாய்.
உன் முகத்துடன் நான் நிற்கிறேன்.
மெல்ல இருள் வரத்
துவங்குகிறது நம் நிலாக் காலம்.

மறுநாள்
வெயில் கனிந்து இனிப்பாகும்
மாலைப் பொழுது.
சூரிய ஒளி நிரம்பிய குடத்துடன்

நீ மேற்கிலிருந்து வருகிறாய்.
உன் வருகையை அலைகளாய்
உணர்கிறது குளம்.
அகத்தியர் கவிழ்த்த
கமண்டலத்திலிருந்து
நதி துவங்குவது போல...
கவிழ்த்த குடத்திலிருந்து குளம்
துவங்குவதாகத் தெரிகிறது
நீ நீர் அள்ளும் சித்திரம்.
நிரம்பிய குடத்துடன்
மேல் படிக்கு வருகிறாய்.
காத்திருக்கிறாய்.
நான் நெருங்கி வருமுன்...
தமக்கையைப் போல ஒருத்தி
உனக்கு உதவ
ஏதுமறியாத வழிப்போக்கன் போல
நான் உன்னைக் கடக்க முயல்கிறேன்.
சந்தித்து மீள்கிறது நம் பார்வை.
நீ அடக்கிய புன்னகையின் நீட்சியென
தளும்பி வழிகிறது குடத்து நீர்.
மாலைக் காட்சியின் இசைப்பாடல்
காற்றில் மிதக்க
பார்த்துக்கொண்டே நடந்து செல்கிறாய்.

சூரியன் மறையக் காத்திருக்கிறேன்.
மூன்றாம் நாள்.
காற்றின் கொலுசென...
உதிர்ந்த சருகுகள் உடனழைத்து
வருகிறாய்.

நிறைகுடத்துடன் நீ முன் நடக்க...
உன் வீடறிய
யாருமறியாமல் உன் பின் நடக்கிறேன்.
கல்படிகளில் நீர் மோதும்
அலைச் சத்தம்

குடத்தினுள் மெலிதாகக் கேட்க...
இலைகள் உதிரும் மண் சாலையில்
நாம் நடந்தோம்.
23 என்றெழுதிய நீண்ட மரக் கதவின்
முன் நின்று
ஒரு பார்வை.
ஆளரவம் கேட்க
நான் நிற்காமல் நடக்கிறேன்.
திரும்பி வரும்போது
திறந்த கதவின் அருகே
புன்னகையாய் நிற்கிறாய்.

நான்காம் நாள்
ஐந்தாம் நாள்
ஆறாம் நாளென...
குளத்தின் அலைகளை
எடுத்துச் செல்கிறாய்.
ஏழாம் நாள்.

உனது தெருவின் கடைசியிலிருந்த
சிறிய கற்கோவிலில் செடிகள்
அகற்றும் பணி.
அடிக்கடி வெளியில் வருகிறாய்.
மூன்று முறை ஆடை மாற்றுகிறாய்.
வாசலில் அமர்ந்து
வார இதழ் படிக்கிறாய்.
தாகம் என்பதாகச் சைகையில் காட்ட
நீர் நிறைந்த குவளையை
வாசலில் வைக்கிறாய்.
நண்பனுடன் நான் வந்து பருக...
திறந்த கதவின் பின் நீன்று
நகம் கடிக்கிறாய்.

எட்டாம் நாள்.
சாலைகள் ஓரம் மண் வெட்டும் பணி.
முன்னதாகவே குளம் வந்து
திரும்புகிறாய்.

பிறகு பன்னீர் பூக்கள் உதிரும்
மண் சாலையில் நடந்து
வயதில் மூத்த பெண்களுடன்
திரையரங்கம் செல்கிறாய்.
நானும் வருகிறேன்.
சிவாஜிகணேசன் அழுது முடித்த
இடைவேளையில்
பீடிப் புகை மணக்க
மஞ்சள் வெளிச்சத்தில்
பார்த்துக் கொண்டோம்.

ஒன்பதாம் நாள்.
சந்தைக் கிழமை.
நாம் பார்த்துக் கொள்ளவில்லை.

பத்தாம் நாள்.
பயிற்சி முகாம் இன்றுடன் முடிகிறது.
ஊர் மன்ற உறுப்பினர்கள் பாராட்ட
நிகழும் எளிய பிரிவு உபசாரம்.
"நீராரும் கடலுடுத்த…"
தமிழ்த் தாய் வாழ்த்து துவங்க
நீ தொலைவில் வருகிறாய்.
'தக்க சிறு பிறைநுதலும்
தரித்த நறுந் திலகமுமே…'
பாடலின் அர்த்தம் உனக்குமாக…
அந்தியின் திசையிலிருந்து
முன் வருகிறாய்.
"எத்திசையும் புகழ்மணக்க
இருந்தபெருந் தமிழணங்கே…
உன் சீரிளமைத் திறம் வியந்து
செயல் மறந்து…"
செய்வதறியாது குனிந்த முகத்துடன்
செல்கிறாய்.
மாணவர் கூட்டத்திலிருந்து
உன்னைப் பார்க்கிறேன்.

யாருமற்ற படித்துறை
நிரம்பிய குடத்துடன்
நீ தனியே நிற்கிறாய்.
காயம் போலக் கசிந்தது
அந்தி வானம்.
கூட்டத்திலிருந்து விலகி
உன்னை நோக்கி வருகிறேன்.
ஒரு பெண் உதவ,
தூக்கிய குடத்துடன் நடக்கிறாய்.
சுற்றிலும் தேடுகிறாய்.
இலையுதிர்ந்த மரங்களின்
அடியில் நிற்கிறாய்.
நான் வருகிறேன்.
நின்று பேச முடியாது.
ஆட்களின் நடமாட்டம்.
கலங்கிய கண்களுடன் பார்க்கிறோம்.
திரும்பி நீ நடக்க
நானும் உடன் நடக்கிறேன்.
குடத்தினுள் அலைகளின் சப்தம்.
வளைவில் நின்று அழுந்தப் பார்க்கிறாய்.
திரும்பி நடக்கிறாய்.
ததும்பிய குடத்திலிருந்து
வழி நெடுக உதிர்கிறது கண்ணீர்த் துளி.

பேசாது உதிர்ந்த நாவென
காற்றில் அலைகின்றன
ஆலஞ் சருகுகள்.
ஜன கண மன அதி... எனத் துவங்கும்
கீதத்தில் அணைந்தது பொழுது.
நாம் நடந்த பாதைகளிலெல்லாம்
திரும்பி நடக்கிறேன்.

தொலைவில் மயில்கள் அகவ
யாருமில்லாத இருளில்
உதிர்கிறது ஒரு பன்னீர் மலர்.

# 14

"வலுவற்றது
ஆயிரம் வருடக் களிம்பேறிய என் கைமொழி
உன் பிரியத்தைச் சொல்ல."

- சுகுமாரன்

உன் வீட்டில்
யாருமற்ற அந்த முன்னிரவில்...
நான் அமர்ந்திருந்தேன்
கதவோரம் நீ நின்றிருந்தாய்.

மின்சாரம் அணைந்தது தற்செயலாக.
உருவம் மறைந்த இருளில்
நாம் நினைவுகளாக மிஞ்சினோம்.
நெருப்புக் குச்சி உரசிக் கிழிக்க...
தீ மலரும் சப்தம் கேட்டது அப்போது.

விரல் நுனியில் இருந்த சுடரை
மெழுகில் இறக்கி வைக்கிறாய்.
நீந்தும் சுடரொளியில்
தீய்ந்த நம் உருவங்கள்
மெல்ல மீள்கின்றன.

கவிந்த நம் இமைகளின் நடுவே
விழித்திருந்து சுடர்.
முகமுகமாய்ப் பார்த்து
நம்முன் நிகழ்ந்தவை அனைத்தும்
காலத்தின் விதியில் இனி மீளாத
இறந்த காலம்.

வெளிக் கதவு திறக்கும் ஒலியில்
நீ என்னைப் பார்க்கிறாய்.
நானும் உன்னைப் பார்க்கிறேன்.
நாம் பேசாது மிச்சம் வைத்தவை
இனி எப்போதும் வார்த்தைகளில்லை.

துடைக்கும் கைகளற்று
மெழுகிலிருந்து மெல்ல வழிகிறது
சுடும் கண்ணீர்த் துளி.

அது ஒரு காலம்.
அகாலம்.

பருவங்களெல்லாம் வசந்தமாய் இருந்தது.
குடும்ப நட்பின் நிமித்தமாக
நீ என் வீட்டுக்கு வருகிறாய்
நான் உன் வீட்டுக்கு வருகிறேன்.

தர்க்க நியாயம் அறியாது
சுவரிடுக்கில் வளர்கிற ஆலஞ்செடி போல
நமக்கிடையில் வளர்கிறது
அன்பின் தாவரம்.

உள்ளங்கை ரேகைகளென
ஒரு ஊரின் வரைபடத்தில்
விதவிதமான பாதைகள்.

எனக்குப் பிடித்த பாதை
தரையில் உதிர்ந்த
கூந்தல் இழையென மெலியது.
அது என் வீட்டிலிருந்து
உன் வீட்டுக்கு வருகிறது.

அது ஒரு மழை மாதமில்லை.
எனினும் அந்த ஞாயிற்றுக்கிழமையின் மீது
மழை மேகங்கள் ஊர்ந்துகொண்டு இருந்தன.
ஒளி அவிந்த மாலைப் பொழுது.
வீட்டிலிருந்து கொடுத்தனுப்பிய
விரத நாளின் இனிப்புகளோடு
உன் இல்லம் வருகிறேன்.
பழகிய உரிமையில் கதவு திறக்கிறேன்.

அடுக்கடுக்காய் குறுகிச் செல்லும்
கதவுச்சட்டங்கள் கொல்லைப்புறத்தில்
வெளிச்சமாய் முடிகின்றன.
விளக்கேற்றுவதற்கு முந்திய புகைஇருள்.

உள் அறையில் மிதந்தன
இலங்கை வானொலியின்
திரையிசைப் பாடல்கள்.

அழைப்பு மணியை அழுத்துகிறேன்.
அடுக்கிய கதவுச் சட்டங்களின் பின்னணியில்
நீளச் சடை தணிந்த
சாய்ந்த முகம் உதிக்கிறது.

புன்னகையுடன் தலை குனிந்து வருகிறாய்.
நிமிர்ந்த விழிகளில் வரவேற்கிறாய்.

உள் வந்து அமர்கிறேன்.
இனிப்புகள் பொதிந்த பாத்திரம் தருகிறேன்.
புன்னகையுடன் வாங்கி
உள்ளே செல்கிறாய்.
தொலைக்காட்சியின் மேல்
சாய்த்து வைக்கப்பட்ட
உன் குழந்தைப் படங்கள் பார்க்கிறேன்.
மெல்ல முன்வந்து தேநீர் தருகிறாய்.
எளிய சம்பிரதாயங்களின் பின்னிருக்கிறது
சொல்லப்படாத நம் அன்பு.

அம்மா கடைக்குச் சென்றிருப்பதை
நான் கேட்காமலேயே
கதவோரம் சொல்கிறாய்.
வரும்வரை காத்திருக்கச் சொல்கிறாய்.
உன் நிழற்படம் பார்த்து
நான் கிளம்புவதாகச் சொல்கிறேன்
வருகிறேன் என்கிற பாவனை.
கண்கள் பார்த்துத் தலையசைக்கிறோம்.

வாசல் வருகிறேன்.
கம்பிகளால் ஆன கதவென
வாசல் அடைத்துப் பெய்கிறது மழை.

காத்திருக்கச் சொல்கிறாய்.
நான் கிளம்புவதாகச் சொல்கிறேன்.
எதற்காகவோ நீ புன்னகைக்கிறாய்.
"இளையராஜாவின் இசையில்
ஜென்ஸியின் குரலில் தொடரும்
ஜானி படப் பாடல்:
அறிவிப்பாளரின் குரல் தொடர்ந்து
மழைச் சொட்டுகளென பியானோ இசை.
"விரும்பிக் கேட்ட நேயர்கள்..."
நாம் பார்த்துக் கொள்கிறோம்.

மெல்ல அவிழ்ந்து பரவுகிறது பாடல்.

அழுத்தினால் மலரும்
வயலட் நிறக் குடை தருகிறாய்.
குடைத் துணியின் விளிம்பில்
உன் பெயர் குறிக்கும் இரண்டு
கைத்தையல் எழுத்துக்கள்.
மழையில் இறங்கி நடக்கிறேன்.
நான் நனையாதிருக்கப் பிடித்த குடையில்
நனைகின்றன
உன் பெயரின் முதலெழுத்துக்கள்.
தலைக்கு மேலே கவிந்த துணியில்
சொட்டும் பியானோ ஸ்வரங்கள்.
திரும்பிப் பார்க்கிறேன்.
வழியும் கோடுகளின் பின்னால்
ஊறிய நீர் வண்ண ஓவியமாய் நிற்கிறாய்.

தொடரும் வீடுகளில்
அதே பாடல் தொடர நடக்கிறேன்.
உன் வீட்டுக்கு வரும் பாதை இன்று
நதியாகிவிட்டது.
வளைவில் நீன்று பார்க்கிறேன்
 நிற்கும் சித்திரத்தின் மேலே
திரையென அசைகிறது மழை.
இசையும் மழையுமாய் ஒரு நாள் கழிந்தது.

மறுநாள்.
குடை கொடுக்கிற
காரணம் கொண்டு வருகிறேன்.
சன்னலோரம் அமர்ந்து
துணி பொருந்திய எம்பிராய்டரி வளையத்தில்
பூத் தையல் செய்கிறாய்.

அருகிலிருக்கும் உன் தாய்
என்னை வரவேற்றுப் பேச
புன்னகையுடன் கதவோரம் நிற்கிறாய்.
காற்றில் மிதக்கிறது
நம் கண்களின் பூத் தையல்.
கிளம்பும் நேரம் மழை வருகிறது.
கொடுத்த குடையை
புன்னகையுடன் திரும்பத் தருகிறாய்.
படிகளில் இறங்க
தூறல் பொய்த்து மழை நிற்கிறது.
குடையை நான் திருப்பித் தர
இருவருமே புன்னகைக்கிறோம்.
முன் விழும் கூந்தல் நுனியை
சுட்டு விரலால் காது சுற்றி ஒளிக்கிறாய்.
விரல் முடியும் இடத்தில் மல்லிகைத் தொங்கல்.
நான் நடந்து செல்கிறேன்.
மஞ்சள் விளக்கு எரியும் வாசலில்
நீ பார்த்து நிற்கிறாய்.
பாதையெங்கும் மண் வாசமெனக் கமழ்கிறது
உன் நினைவு.

ஒரே வீட்டின் அடுத்தடுத்த அறைகளுக்குச்
செல்வது போல
நான் உன் வீட்டுக்கு வரத் துவங்குகிறேன்.
எனக்கான காத்திருப்பில்
உன் கைத் தையல் வளையத்தில்
துளிர்க்கின்றன சில இலைகள்.
நம் சந்திப்பின் பிறகு
சில மலர்கள்.

என்னிடம் வரைந்து தரக் கேட்கிறாய்.
நான் வரைந்த
பென்சில் கோடுகளின் ஊடாக
நுழைந்து வளர்கிறது உன் மலர்.
விரும்பிக் கேட்ட பாடல்களுடன்
நம் அருகிருக்கிறது உன் வானொலி.
"என்னுயிர் நீதானே...
உன்னுயிர் நான்தானே..."
என ஒலிக்கும் மிகைநவிற்சிப் பாடல்கள்.
அர்த்தம் தொனிக்கப் பார்த்துவிட்டு
தையல் துவங்குவாய்.
இந்த கணத்தைப்
பூக்களால் பதிவு செய்வது போல...

சில நாட்கள் பின்வாசலில்.
நாம் பேசித் தேய்ந்து
நாம் பார்த்து வளர்கிறது நிலா.

இடையில் வருகின்றன பண்டிகைகள்.
உன் பிறந்த நாள், என் பிறந்த நாள்...
காரணங்களற்று நாம் பரிசு வழங்கிக்கொள்ள
இவையெல்லாம் தினங்கள்.

ஒருமுறை கைக்குட்டையில்
என் பெயர் பின்னுகிறாய்.
அருகில் இரண்டு மஞ்சள் நிற மலர்கள்.
பிப்ரவரியில் வரும்
அன்பின் தினப் பரிசென்கிறாய்.
பிறகு கைக்குட்டை கொடுத்தால்
பிரிந்து விடுவோம் என்று தர மறுக்கிறாய்.

இருவரின் பிறந்த நாளும் ஒரே நாள்
என்று புதிர் போடுகிறேன்.

அந்த மழை நாள்
நாம் கண்களின் வழியே
பிறந்த நாள் என்கிறேன்.
ஏற்கெனவே உனது டைரியில் வட்டமிட்ட
அந்த நாள் காட்டிச் சிரிக்கிறாய்.

கல்லூரியின் இறுதியாண்டு.
உன் தந்தைவழிப் பாட்டனாரின்
உடல் நலம் கருதி
உன் திருமணப் பேச்சுகள் வருவதாக
உன் அம்மா சொல்லக் கேட்கிறேன்.
நீ அன்று வீட்டில் இல்லை.
பாதி மலர்ந்த நீல மலர்களுடன்
உன் கைத் தையல் வளையம்
சன்னலில் இருந்தது.

பிறகு
ஊறிய எழுத்துக்களுடன் ஒரு கடிதம்
உன்னிடமிருந்து வந்தது.
இரவு ரயிலின் சத்தம் கேட்க
அன்று பின்வாசலில்
வெகுநேரம் நின்றிருந்தோம்.
இளம் பிராயத்தில்...
சம வயது அன்பு துரதிஷ்டவசமானது.

நாட்கள் விரைந்து வந்தன.
தாம்பூலம் மாற்றிய சம்பிரதாயங்களுடன்
நிச்சயமானது நம் பிரிவு.
எந்நேரமும் உறவினர் சூழ்ந்த
உன் வீட்டில்
நம் தனிமை இழந்தோம்.
அங்கிருப்பவர்களிடம்
'உன் சகோதரன் மாதிரி' என்று
நான் அறிமுகம் செய்யப்பட்டேன்.

வண்ணத்தாள் சுற்றிய
பரிசுப்பொருட்களுடன்
எல்லோரும் வந்துகொண்டு இருக்க...
நான் பரிசுகளற்று நிற்கும்
அந்த நாள் வந்தது.

அச்சடித்த உன் பெயர்
சுவர் முழுக்க ஒட்டிய திருமண மண்டபம்.
தெரிந்தவர் எதிர்வருகையில்
புன்னகை வலிந்து
கூட்டத்தின் நடுவே தனித்திருக்கிறேன்.

உன் உறவுக்காரர்களில் வயதான பெண்
என்னைச் சைகை காட்டி அழைக்கிறாள்.
ஒலிக்கும் பாடலின் சத்தம் மீறிப் பேசி
தன் பேத்தியை எடுத்துத்தரும்படி
கேமராவைக் கொடுக்கிறாள்.

தவிர்க்க முடியாமல்...
வளையும் மாடிப்படிகளில்
நிமிர்ந்து பார்க்கிறேன்.
மணமகள் அறை,
பதற்றம் மிக...
திறந்த கதவினுள்ளே
தலை குனிந்து நுழைகிறேன்.
தோழியர் சூழப் பதுமை போல
அமர்ந்திருக்கிறாய்.
என்னைப் பார்த்ததும் எழுகிறாய்.
காலம் மெல்ல உறைகிறது.
சாத்திய அறைக்குள் அனைவரும் மறைய
நாம் மட்டும் மிஞ்சினோம்.
திறந்த கேமராவின் ஒளிச் செவ்வகத்தில்
பார்க்க முயல்கிறேன்.
கலங்கிய நான்கு கண்களுக்கிடையே...
கலங்கித் தெளிகிறது உன் உருவம்.

SP 0h04m08s20f
AUTO

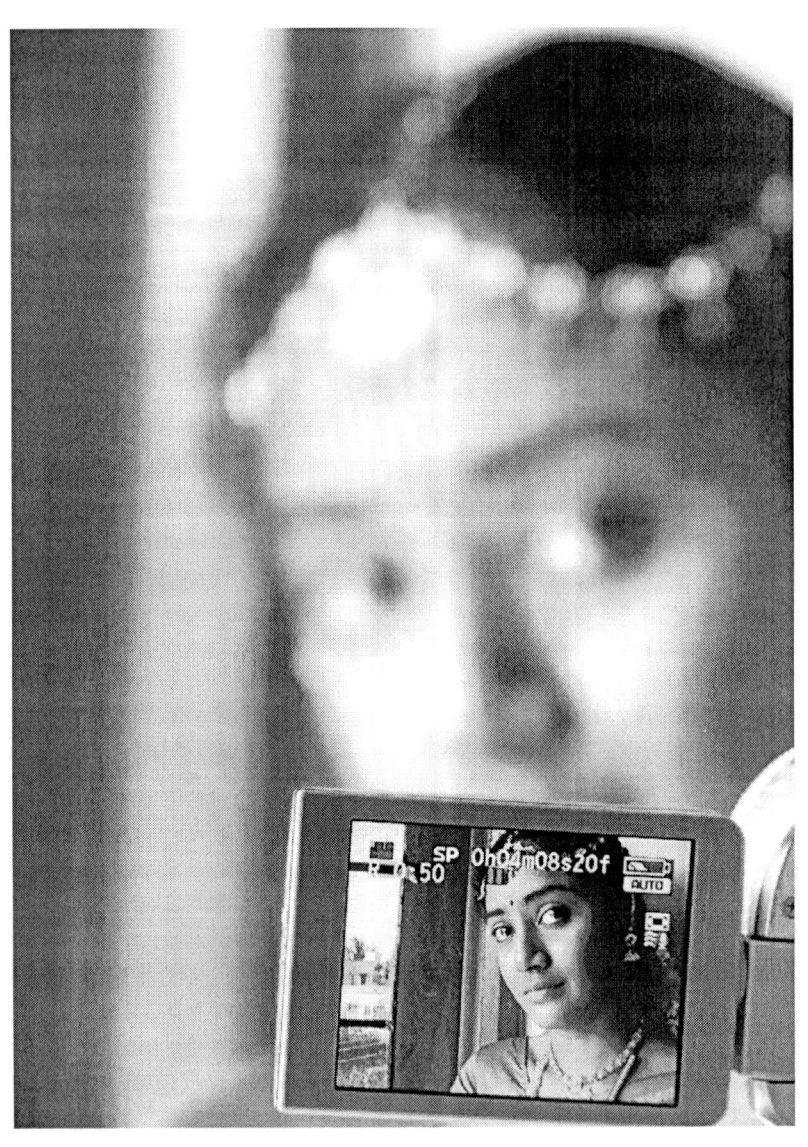

கவிழ்ந்த முகத்துடன் சேலை கட்டிய
பெண்ணாக நிற்கிறாய்.
"இங்கே பார்... சிரி..." பின்னிருந்து
எழும் குரல்கள்
தொலைவில் கேட்கின்றன.
மருதாணியிட்ட உன் விரல்கள்
நடுங்குகின்றன.
கலங்கிய விழிகள் மெல்ல நிமிர்ந்து
என்னைப் பார்க்கிறாய்.
கடைசியாக...

காலத்தின் மீது நாமிருந்த காட்சிகள்
அர்த்தமற்றுக் கலைய...
உறைந்து பதிவாகிறது பிரிவின் இக்கணம்.
இடைவெளி பெருக
இருவரும் திரும்பிப் பிரிகிறோம்.
கதவு திறக்கிறேன்.
ஒலிக்கும் மங்கல வாத்தியங்கள்.
நீ உள்ளிருக்க...
தானே சாத்திக் கொள்கிறது கதவு.

ஒலிக்கும் பாடல்கள்,
பெருகும் நாயன ஓசை,
அலையும் மஞ்சள் வெளிச்சம்,
மனித இரைச்சல், யாரும் அறியாமல்
கடந்து தெருவில் நடக்கிறேன்

பிரிந்து விடுவோமென...
நீ தராமல் வைத்துக்கொண்ட கைக்குட்டை,
அன்பு மீதுர நாம் கொடுத்துக்கொண்ட
பரிசுப் பொருட்கள், எழுதிய கடிதங்கள்,
விரும்பிக் கேட்ட பாடல்கள்,
வரைந்த பூஞ்சித்திரங்கள்.
பேசித் தீராத முன்னிரவுகள்.
குடை விரியும் அந்த மழை நாள் என...

தகிக்கும் மனச் சித்திரங்கள் முன்
பிறன் மனையாய் நிற்கிறாய்.

மாறாத பழைய புன்னகைகளுடன்
என்றேனும் பார்க்க நேர்ந்தால்
நாம் பாக்யசாலிகள்.

விடை பெறுகிறேன்.

உலர்ந்த கண்ணீர்ச் சுவடென
நீளும் நம்பாதையின் மரநிழலில் நிற்கிறேன்
தேநீர்க் கடையிலிருந்து ஒரு திரைப் பாடல்.
மழைத்துளியென பியானோ இசை தொடர...

"உறவுகள் தொடர்கதை
உணர்வுகள் சிறுகதை
ஒருகதை இன்று முடியலாம்
முடிவிலும் ஒன்று தொடரலாம்
இனியெல்லாம் சுகமே..."

●